सामान्यांच्या कल्याणाचा ध्यास घेतलेल्या असामान्यांची यशोगाथा

जग बदलू पाहणारी माणसं

ज्योत्स्ना लेले

डायमंड पब्लिकेशन्स

जग बदलू पाहणारी माणसं

ज्योत्स्ना लेले

Jag Badalu Pahanari Manase
Jyotsna Lele

प्रथम आवृत्ती : जानेवारी, २०१०

ISBN : 978-81-8483-241-9

© डायमंड पब्लिकेशन्स

अक्षरजुळणी
डायमंड पब्लिकेशन्स, पुणे

मुखपृष्ठ
शाम भालेकर

प्रकाशक
डायमंड पब्लिकेशन्स
२६४/३ शनिवार पेठ, ३०२ अनुग्रह अपार्टमेंट
ओंकारेश्वर मंदिराजवळ, पुणे-४११ ०३०
☎ ०२०-२४४५२३८७, २४४६६६४२
info@diamondbookspune.com

ऑनलाईन पुस्तक खरेदीसाठी भेट द्या
www.diamondbookspune.com

प्रमुख वितरक
डायमंड बुक डेपो
६६१ नारायण पेठ, अप्पा बळवंत चौक
पुणे-४११ ०३० ☎ ०२०-२४४८०६७७

माझी नातवंडं
सिमरेन व समीर बजाज
यांना प्रेमपूर्वक भेट

(ज्योत्स्ना आजी)

To,

My Dear Grand Children
Simren & Sameer Bajaj

(Jyotsna Aaji)

परिचय

सौ. ज्योत्स्ना विद्याधर लेले

शिक्षण : विलिंग्डन कॉलेज, सांगली येथून अर्थशास्त्र विषयात पदवी. एम.ए.(राज्यशास्त्र), एम. ए. (अर्थशास्त्र) एस. एन. डी. टी. मुंबई येथून संपादन केल्या. अकौंटंट जनरल, मुंबई या ऑफिसात ऑडिटर म्हणून ७ वर्षे नोकरी.

लेखन : अनेक नियतकालिकांमध्ये विविध विषयांवर सातत्यपूर्ण लेखन.

कथासंग्रह : कालचक्र

अनुवाद : – ऑन द विंग्ज ऑफ इगल्स
– परमवीरचक्र
– कॅच मी इफ यू कॅन

मनोगत

आपण एखाद्या प्रेक्षणीय स्थळाला भेट देतो. आपणास ते नयनरम्य ठिकाण, तिथला परिसर, निसर्गसौंदर्य आवडले तर आपण त्याचा फोटो घेतो व आपल्या सुखद अनुभवाला चित्राच्या चौकटीत बंद करण्यामुळे त्याचे जतन होते. तो फोटो पाहताना आपणाला पुन: प्रत्ययाचा आनंद मिळतो. तो फोटो नातेवाईकांना, मित्र–मैत्रिणींना दाखवितो व त्यांनाही आपल्या आनंदात सहभागी करून घेतो.

एखादे पुस्तक वाचल्यावर, त्यात वर्णन केलेल्या व्यक्तिरेखेच्या उदात्त दर्शनाने आपण भारावून जातो. माझ्या वाचन प्रवासात मला अनेक सत्यकथात उत्तुंग व्यक्तिमत्त्वे भेटली. त्यांची जाज्वल्य कर्तव्यनिष्ठा, देशप्रेम, स्वार्थत्याग पाहून त्यांच्याबद्दलचा आदर द्विगुणीत झाला. कधीकधी आपल्या सारख्याच सामान्य व्यक्ती असामान्य कर्तृत्व गाजवितात. सिने–नाट्य क्षेत्रातील चमचमत्या दुनियेत वावरणाऱ्या असामान्य प्रतिभेच्या कलावंतांच्या मनातील मानवतेच्या प्रेमाचा झुळझुळता झरा पाहायला मिळतो. ही माणसे कुठे जन्मली, वाढली हे तपशील फारसे महत्त्वाचे नाहीत पण त्यांनी हे जग बदलण्यासाठी मनापासून प्रयत्न केले हे फार महत्त्वाचे आहे. म्हणूनच मला आवडलेल्या व्यक्तींच्या प्रतिमाना शब्दरूप देण्याचा मी प्रयत्न केला आहे.

'जग बदलू पाहणारी माणसं' या पुस्तकात अशा आगळ्या–वेगळ्या माणसांची व्यक्तिचित्रे समाविष्ट केली आहेत.

हे पुस्तक लिहिण्याची मूळ कल्पना माझे पती श्री. विद्याधर यांची. त्यांच्या सहकार्यामुळेच हे पुस्तक पूर्ण होऊ शकलं.

'डायमंड पब्लिकेशन्स' व त्यांचा कर्मचारी वर्ग यांनी घेतलेल्या परिश्रमामुळेच हे पुस्तक प्रकाशित होत आहे, मी त्यांची अत्यंत आभारी आहे.

ज्योत्स्ना लेले

– अनुक्रमणिका –

अमेरिकेचे स्वातंत्र्यप्रणेते

जॉर्ज वॉशिंग्टन व मार्था वॉशिंग्टन

''अमेरिकेचा पहिला राष्ट्राध्यक्ष. ब्रिटिशांच्या सैन्यांतून निवृत्त झालेल्या ह्या रणधुरंधराने, ब्रिटिश सैन्यालाच पाणी पाजले आणि अमेरिकेला स्वातंत्र्य मिळवून दिले. शांततेचा भोक्ता आणि अमेरिकनांच्या हृदयात मानाचे स्थान मिळवलेला नेता. मार्था, अमेरिकेची सर्वात पहिली, 'फर्स्ट लेडी' कणखर, मुत्सद्दी आणि कर्तृत्ववान राजकारणी–सल्लागार.''

१७५८च्या वसंतऋतूमध्ये घडलेली ही गोष्ट आहे. ब्रिटिश सैन्यदलातून निवृत्ती घेऊन माऊंट व्हर्नाम येथे शेतीचा व्यवसाय करणारा कर्नल जॉर्ज वॉशिंग्टन, १४ मार्च १७५८ला विलियम्सबर्ग शहरात आला होता. तिथे त्याने डॉ. जॉन ॲडम्स ह्या डॉक्टरांची भेट घेतली. ह्या डॉक्टरानी त्याला पोटदुखीच्या आजारावर औषधोपचार करून बरे केले होते, त्यामुळे ही सदिच्छा भेट होती. त्यानंतर तिथून चार मैलांवर असणाऱ्या चेस्टनट ग्रोव्हजवळ 'व्हाईट हाऊस' असे नाव असलेल्या प्रासादास भेट दिली.

सभोवती विस्तीर्ण फळबागा, शेती असलेल्या कुस्टीस ह्या सधन जमीनदारांच्या

हवेलीला तो प्रथमच भेट देत असला तरी ह्या कुटुंबाशी त्याचा पूर्वपरिचय होता. डॅनिअल व मार्था ह्यांना तो पूर्वी भेटला होता. डॅनिअलच्या मृत्यूनंतर मात्र तो मार्थाला प्रथमच भेटत होता. भेटीसाठी येत असल्याचा निरोपही त्याने पाठविला होता.

६ फूट दोन इंच उंच, भरदार छाती, मजबूत खांदे, कमावलेली शरीरयष्टी असलेल्या जॉर्जने आपल्या आत्मविश्वासपूर्ण रुबाबदार चालीत 'व्हाईट हाऊस'च्या दिवाणखान्यात प्रवेश केला.

त्याच्या आगमनाची मार्था प्रतिक्षाच करीत होती. हातातले विणकाम बाजूला ठेवत ती उठली. जॉर्जशी हस्तांदोलन केले. जेमतेम ५ फूट उंचीच्या मार्थाला जॉर्जकडे पाहण्यासाठी मान उंच करावी लागली. जॉर्जचे तपकिरी केस, भव्य कपाळ, तरतरीत नाक यावरून नजर फिरवित, त्याच्या गहिऱ्या निळ्या डोळ्यात मार्थाची नजर स्थिरावली. ओळखीचे हसू चेहऱ्यावर उमटले.

डॅनिअलच्या मृत्यूनंतर मार्थाने इस्टेटीचा कारभार सक्षमपणे हाताळलाय ही गोष्ट जॉर्जला ऐकून ठाऊक होती. प्रत्यक्ष भेटीनंतर जॉर्ज खूपच प्रभावित झाला. दिसायला अतिशय सुंदर, आकर्षक असणारी ही परीसारखी दिसणारी मार्था, एखाद्या पुरुषाप्रमाणे साऱ्यांवर हुकूमत गाजवतेय ह्याचे त्याला आश्चर्यही वाटले.

अवांतर गप्पा झाल्या, जॉर्ज जाण्यासाठी उठला. मार्था म्हणाली, 'पुन्हा लवकरच या बऱ्याच गोष्टींबद्दल बोलायचंय.' तिच्या नजरेतील आर्जव, हुशारीची चुणूक पाहून जॉर्जला मनोमनी उमगलं होतं, तिला कशाबद्दल बोलायचंय! मनात अंकुरलेल्या ह्या जवळिकेलाच प्रेम म्हणतात ह्याची त्या दोघांनाही जाणीव झाली.

त्यानंतर त्या दोघांची एक-दोन वेळा भेट झाली. दोघांचेही आत्तापर्यंतचे आयुष्य भिन्न वातावरणात,आपापल्या आयुष्यातील खाच-खळग्यातून वाट काढीत, जीवनाचे टक्के-टोणपे सोसून, अनुभवाचे शहाणपण गोळा करण्यात गेले होते; पण त्यांची मते जुळणारी होती. जीवनातील काही निष्ठा, श्रद्धा यांवरचा विश्वास सारखाच होता. त्या दोघांनी ह्या पुढील आयुष्यात एकमेकांना साथ द्यायचे ठरविले.

६ जानेवारी १७५९ला 'व्हाईट हाऊस'मध्ये मार्था कुस्टीस व जॉर्ज वॉशिंग्टन यांचा विवाह संपन्न झाला. मार्था कुस्टीस ही २७ वर्षांची विधवा होती. तिला दोन मुलेही होती. मुलगा जॉकी ७ वर्षांचा होता, मुलगी पॅटसी ५ वर्षांची होती. मार्था खूप श्रीमंत होती.

मार्थाच्या माहेरची परिस्थिती अगदीच सामान्य होती. न्यू केंट परगण्यातील व्हर्जिनियामध्ये राहणाऱ्या डँडरिज कुटुंबातील, मार्था ही आठ मुलांपैकी मोठी मुलगी.

त्या काळी हुंडा दिल्याशिवाय लग्ने जमत नसत. मार्था दिसायला सुंदर होती. डॅनिअल कुस्टीसला ती खूप आवडली होती. तो तिच्यापेक्षा १० वर्षांनी मोठा होता. त्याने मार्थाला लग्नाची मागणी घातली. डॅनिअलच्या बापास गरीबाघरची सून करून घेण्यात अजिबात स्वारस्य नव्हते. त्याने विलिअम्स बर्गच्या रस्त्यावर सर्वांसमक्ष मार्थाच्या बापाचा पाणउतारा केला; पण डॅनिअल आपल्या निश्चयावर ठाम होता.

१५ मे १७५०ला डॅनिअल व मार्था यांचा विवाह झाला व ते चेस्टनट ग्रोव्हजवळ असलेल्या 'व्हाईट हाऊस' ह्या इस्टेटीवरील हवेलीत राहू लागले. कुस्टीस खूप श्रीमंत होते. त्यांच्या शेतावर ३०० काळे मजूर काम करीत असत. मार्था त्यांच्याशी खूप प्रेमळपणे वागत असे. कुस्टीस कुटुंब अमेरिकेतील ब्रिटिश कॉलनीत त्यांच्या औदार्याबद्दल प्रसिद्ध होते.

त्या जुन्या काळात सर्व गोष्टी इंग्लंडमधून मागविल्या जात. मार्था नाजूक डिझाइनचे फॅशनेबल तलम कपडे वापरायची, तेही खास लंडनहून मागविलेले असत. पुढील सात वर्षांत मार्थाला चार मुले झाली. त्यापैकी मोठा मुलगा डॅनिअल (ज्यु) १० महिन्याचा असताना तापाने आजारी पडला. तो वयाच्या दुसऱ्या वर्षीच वारला. त्यानंतर झालेली मुलगी फ्रान्सिस वयाच्या चौथ्या वर्षी वारली. हे दुःख दूर सारून मार्थाने मुलगा जॉकी व छोटी मुलगी पॅटसी ह्यांच्या संगोपनात मन गुंतविले; पण दुर्दैवाचे फेरे अजून संपले नव्हते. ४ जुलै १७५७ला मुलगा जॉकी आजारी पडला. त्यापाठोपाठ दणकट शरीरयष्टीचा डॅनिअलही घटसर्पाने आजारी पडला. मार्थाने डॉ. जेम्स कार्टर ह्या त्या काळच्या निष्णात डॉक्टरांना बोलाविले. त्यांनी ३ दिवस प्रयत्नांची शिकस्त केली. त्यामुळे छोटा जॉकी वाचला; पण डॅनिअलच्या गळ्याभोवती मृत्यूने आपला फास आवळायला सुरुवात केली. डॅनिअलची श्वास घेण्याची केविलवाणी धडपड मार्थाला पाहवत नव्हती. मार्थाच्या डोळ्यादेखत तिच्या लाडक्या पतीला, डॅनिअलला मृत्यूने आपल्या कराल दाढेमध्ये ओढून नेले. सात वर्षांच्या सुखी वैवाहिक जीवनावर घाला पडला. मार्थाला खूप वाईट वाटले; पण तिने आपल्या दोन छोट्या मुलांकडे पाहून डोळे पुसले व कंबर कसली. कारण तिला आता ह्या मोठ्या इस्टेटीचा कारभार सांभाळायचा होता. अनेक काळे मजूर, छोटे व्यापारी यांचेही चरितार्थ चालविण्यासाठी तिला कारभाराची सूत्रे हातात घ्यावी लागली. डॅनिअलने आपल्या मृत्युपत्राद्वारे आपल्या इस्टेटीचा आपल्या दोन्ही मुलांच्या भवितव्यासाठी एक ट्रस्ट बनविला होता. त्यासाठी कुणा मॅनेजरची नियुक्ती केली नव्हती. साऱ्या इस्टेटीची १/३ मालकी मार्थाकडे होती.

मार्थाने सर्व गोष्टींचे नियंत्रण आपल्या हातात घेतले. नवऱ्याने ठेवलेल्या आर्थिक व्यवहाराच्या नोंदींचा बारकाईने अभ्यास केला. कुस्टीस यांच्या मालमत्तेसंबंधीचे सर्व व्यवहार करण्याचा पूर्ण अधिकार, तिच्याकडे असल्याची पत्रे तिने वकील, संबंधित व्यापारी यांना पाठवून दिली आणि ते पुरवित असलेल्या सेवांप्रती तिचे पूर्ण समाधान असेपर्यंतच सेवा चालू राहतील, हेही ठणकावून सांगितले.

मार्था हुशार होती. जेव्हा आवश्यकता जाणवेल, तेव्हा तिने जाणकारांचा सल्लाही घेतला; पण आर्थिक व्यवहारांवर पूर्ण नियंत्रण ठेवले. इंग्लंडच्या व्यापाऱ्यांना तिने जी पत्रे पाठविली आहेत, त्याची व्यापारी भाषा व सडेतोडपणा पाहून आश्चर्य वाटते. डॅनिअल कुस्टीसने हस्तांतरित केलेली इस्टेट (१८००० एकर शेतजमीन, विलियम्स बर्ग व जेम्सटाऊन येथील घरे, ३०० काळे गुलाम, इंग्लिश ट्रेझरीमध्ये हजारो नोटा व नाणी फारच मोठी होती.

मार्थाशी लग्न करण्यामुळे १८००० एकर जमिनीपैकी १/३ जमिनीची मालकी कर्नल जॉर्ज वॉशिंग्टनकडे गेली.

'मार्था श्रीमंत होती म्हणून जॉर्जनी तिच्याशी लग्न केले आणि श्रीमंत मार्थाने देखणा, रुबाबदार जॉर्ज तिच्या मनात भरला, म्हणून त्याच्याशी लग्न केले.' असे अनेक युक्तीवाद ह्या लग्नाच्या संदर्भात केले जातात; पण ते अर्धसत्य आहे.

जॉर्ज व मार्था ह्या दोघांनी अत्यंत विचारपूर्वक लग्नाचा निर्णय घेतला असावा असे वाटते. मार्था, जॉर्जपेक्षा एक वर्षांनी मोठी होती. कुस्टीस यांच्या मोठ्या इस्टेटीची मालकीण झाल्यावर खूप सुखासीन आयुष्य तिच्या वाट्याला आले; पण तितकंच दुःखही भोगायला लागलं होतं. तिने नवऱ्याच्या पश्चात इस्टेट ज्या समर्थपणे सांभाळली होती ते पाहून जॉर्ज खूप प्रभावित झाला. एकमेकांच्या सहवासात आयुष्याची पुढील वाट आनंदमय होईल असा दोघांनाही विश्वास वाटला असावा.

जॉर्ज वॉशिंग्टनने ब्रिटिश सैन्यदलामध्ये महत्त्वाचे योगदान दिले असल्यामुळे समाजात मानाचे स्थान मिळविले होते. २२ फेब्रुवारी १७३२ रोजी व्हर्जिनियातील वेस्टमोअर काऊंटीमध्ये जॉर्ज वॉशिंग्टनचा जन्म झाला. तरुणपणी त्याने सर्व्हेअर म्हणून

नोकरी केली होती. त्यामुळे त्याला आपल्या व्हर्जिनिया राज्यातील भूभागाची बरीच माहिती होती. १७५४ मध्ये तो सैन्यात भरती झाला. १७५४ ते १७६३ दरम्यान झालेल्या अँग्लो-फ्रेंच युद्धात त्याने ब्रिटिश जनरल एडवर्ड बॅडॉकच्या हाताखाली ओहायो काऊंटीवरील कब्जा करण्याच्या मोहिमेत महत्त्वाचे योगदान दिले. १७५८ मध्ये ड्युक्वेस्ने ह्या किल्ल्यामधून फ्रेंचांची हकालपट्टी करून तो किल्ला काबीज करण्याच्या जनरल फोर्बस ह्याच्या धाडसी मोहिमेमध्येही त्याचा सहभाग होता; पण पुढे ब्रिटिशांच्या विषमतेच्या वागणुकीमुळे त्याच्या स्वाभिमानाला धक्का पोहोचला व त्याने सैन्यातून निवृत्ती घेतली. फ्रेंच-इंडियन युद्धातील सहभागाबद्दल जॉर्ज वॉशिंग्टनने स्वत:साठी व त्याच्या हाताखाली लढलेल्या सैनिकांसाठी ब्रिटिश सरकारकडे, औदार्यपूर्ण देणगीच्या स्वरूपात जमीन द्यावी अशी मागणी केली होती. ती सरकारने मान्य केली. जॉर्जने वेळोवेळी आणखी जमीन खरेदी करून त्यात भर घातली.

१७५८ मध्ये त्याची व्हर्जिनिया राज्यातील सिनेटमध्ये प्रतिनिधी म्हणून निवड झाली. येथूनच त्याच्या राजकीय प्रवासाची दिशा निश्चित झाली.

जॉर्ज व मार्था ह्यांनी लग्नानंतर थोडे दिवस 'व्हाईट हाऊस'मध्येच मजेत घालविले. त्यानंतर जॉर्ज माऊंट व्हर्नमला गेला. मार्थाच्या आगमनासाठी घराची डागडूजी केली आणि घर छान सजविले.

२ एप्रिल १७५९ ला जॉर्जबरोबर माऊंट व्हर्नमला जाण्यासाठी मार्थाने स्वखुशीने प्रस्थान हालविले. त्यांच्या एकत्रित सहजीवनाच्या वाटेवरचे पहिले पाऊल मार्थाने स्वखुशीने पुढे टाकले. येणाऱ्या भविष्यकाळात त्याच्याबरोबर तिला कित्येक हजार मैल प्रवास करायचा होता, नव्या पहाटेच्या आगमनाचे स्वागत करायचे होते, हे तेव्हा मात्र तिला ठाऊक नव्हते.

जॉर्ज व मार्था ह्यांच्या एकत्रित संसारास सुरुवात झाली. ७ वर्षाच्या जॉकीसाठी व ५ वर्षाच्या पॅटसीसाठी जॉर्जने एका शिक्षिकेची नेमणूक केली. जॉर्ज हाडाचा शेतकरी होता. त्याने आपल्या शेतांवर तंबाखू व्यतिरिक्त गहू व इतर धान्यांचीही लागवड केली. तो मार्थाच्या इस्टेटीचीही देखभाल करीत असे. ह्या जमिनींच्या लागवडीमुळेच त्यांना आर्थिक स्वास्थ्य लाभले होते.

जॉर्जने मार्थाच्या मुलांना खूप प्रेम दिले. त्यानी त्या मुलांना आपले मानले होते. मार्थाची मुलगी पॅटसी जन्मापासून खूप नाजूक प्रकृतीची होती. खूपदा आजारी पडत असे. आता तिला फिट्सही येऊ लागल्या होत्या. ह्या रोगावर त्या काळी कोणतेच औषध उपलब्ध नव्हते. जॉर्जने पुष्कळ डॉक्टरांना दाखविले, त्या काळातल्या प्रसिद्ध डॉक्टरांचा सल्ला घेतला, पुष्कळ पैसा व वेळ खर्च केला.

जॉर्ज व मार्था पॅटसीला वॉर्म स्प्रिंग्जला घेऊन गेले व तिथे तिला 'वॉटर ट्रिटमेंट' दिली.

त्या काळी कपडे, धागे, पिना, सुया, कागद, रंग सर्वच गोष्टी इंग्लंडहून आयात केल्या जात. मार्थाने माऊंट व्हर्नामध्ये हातमागावर कापड बनविण्याचा उद्योग सुरू केला. सूत कातणे, विणकाम करणे या गोष्टी शिकविण्यासाठी निष्णात कारागिरांकडून लोकांना प्रशिक्षण दिले. त्यानंतर इथे जे कापड बनविले जाई ते घरच्या नोकर-गुलामांसाठी वापरात आणले.

जॉर्ज व मार्था हे एक अत्यंत सुखवस्तू आनंदी कुटुंब होते, ह्याची साक्ष पटविणारे एक चित्रही उपलब्ध आहे. वयाची चाळीशी गाठलेली, थोडीशी भरलेल्या अंगाची मार्था, तिच्या गालावरील छोटी खळी, मोहक स्मित, अत्यंत तेजस्वी डोळे, चेहऱ्यावरचा तृप्त भाव यासह फारच आकर्षक दिसते आणि तिच्या शेजारी कर्नलचा पोशाख घातलेला जॉर्ज उभा आहे. व्हर्जिनिया रेजिमेंटमधून निवृत्त होऊन १३ वर्षे झाली होती, तरीही तो अजून चांगला सुदृढ व कार्यक्षम वाटतोय. त्यांच्याजवळ १७ वर्षाचा किशोरवयीन जॉकी व नाजूकशी, परीसारखी दिसणारी पॅटसी उभी असलेली दिसतात. मार्थालाही लहानपणी लाडाने पॅटसी म्हणत असत, म्हणून तिने मुलीचेही नाव पॅटसी ठेवले. पॅटसी दिसायलाही मार्थासारखीच होती. (फोटोग्राफीचा शोध तेव्हा लागला नव्हता.)

मार्था व जॉर्ज ह्या दोघांनाही आपल्या इंग्लिश वारशाचा अभिमान होता, ते इंग्लंडच्या राजाशी एकनिष्ठ असलेले प्रजाजन होते; पण १७७३ नंतर ही निष्ठा डळमळीत झाली. इंग्लंडला शतकभर युद्धे करावी लागली होती. या युद्धांमुळे राज्याची तिजोरी खाली झाली होती. १७६० मध्ये गादीवर आलेल्या तिसऱ्या जॉर्जला युद्धातील तूट भरून काढण्यासाठी अमेरिकनांवर अव्वाच्या सव्वा कर लादावे लागले. वसाहतीतील लोकांनी यास विरोध केला. त्यांच्या नेत्यांनी राजाला ढीगभर पत्रे पाठवून आपला निषेध नोंदविला. एक कमिटीही नियुक्त केली. बोस्टनने त्यात पुढाकार घेतला.

त्या काळी ईस्ट इंडिया कंपनीकडे अमेरिकेला व इतर वसाहतींना निर्यात होणाऱ्या चहाची मक्तेदारी होती व त्यांनी निवडलेल्या व्यापाऱ्यांच्या मध्यस्थीनेच हा चहा-निर्यातीचा व्यापार चालत असे. ब्रिटिश सरकारने चहावरील कर वाढविला, त्यामुळे अमेरिकेत नाराजी पसरली.

१७७३च्या डिसेंबरमध्ये बोस्टन बंदरात आलेल्या ३ जहाजांवर धाड पडली. बोस्टनच्या काही चळवळ्या लोकांनी रेड इंडियन माणसांसारखा पेहराव करून जहाजांचा ताबा घेतला व चहाची शेकडो खोकी समुद्रात फेकून दिली. चहाच्या किंमतीच्या

वाढीच्या निषेधार्थ केलेली ही कृती इतिहासात 'बोस्टन-टी-पार्टी' या नावाने प्रसिद्ध आहे. या घटनेचे तीव्र प्रतिसाद उमटले. ब्रिटिश राज्यकर्त्यांच्या मनमानी कारभाराविरुद्ध बंडाचे पहिले निशाण बोस्टनहून फडकविले गेले.

मार्था व जॉर्ज रोजच्या वृत्तपत्रांचे वाचन करीत असत. त्यांनी ही बातमी वृत्तपत्रात वाचली. ब्रिटिश पार्लमेंटने बोस्टनच्या लोकांना शरण यायला लावण्यासाठी सैनिकी ताकद वापरून बोस्टन बंदर बंद केले. त्यामुळे या शहरातील सर्व व्यवहार ठप्प झाले, शेकडो लोकांवर बेरोजगारीची कुऱ्हाड कोसळली.

ब्रिटीश राज्यकर्त्यांविरुद्धचा राग जनतेच्या मनात धुमसत होता. चहा व इतर ब्रिटीश वस्तूंवर बहिष्कार व अमेरिकन स्वातंत्र्य या दोन उद्देशांसाठी वसाहतीचे लोक एकत्र आले. १७७५ मध्ये फिलाडेल्फिया येथील कॉंटिनेंटल कॉंग्रेसमध्ये वसाहतीनी ब्रिटिशांच्या मनमानी कारभाराविरुद्ध आपला निषेध नोंदविला. जोपर्यंत अन्यायकारक कायदे मागे घेतले जात नाहीत तोपर्यंत इंग्लंडशी व्यापार थांबविण्याचा निर्णय घेतला. या कॉंग्रेसमध्ये जॉर्ज वॉशिंग्टन व्हर्जिनियाचा प्रतिनिधी या नात्याने उपस्थित होता. त्याने आपला कर्नलचा सैनिकी पोशाख घातला होता. तो म्हणाला, 'माझ्या संमतीशिवाय माझ्या खिशात हात घालून माझे पैसे लुबाडण्याचा इंग्लंडच्या पार्लमेंटला अधिकार नाही.'

ह्या टॅक्सबद्दल त्याने पुढे लिहिलंय, 'या य:कश्चित १३ पेन्स टॅक्सने, सर्व जगावर हुकूमत गाजविणाऱ्या ब्रिटनच्या व्यापारी साम्राज्याच्या आधारस्तंभांना हादरून सोडले हे नक्की.' इंग्लंडचा राजा, तिसरा जॉर्ज याने वसाहतीची मागणी फेटाळली व 'शरण या किंवा सर्वनाशाला सामोरे जा,' असा इशारा दिला. २३ ऑगस्ट १७७५ रोजी इंग्लंडने वसाहतीविरुद्ध अधिकृतपणे युद्ध पुकारले.

१७७३ मध्ये जॉर्जने कॉलेजशिक्षणासाठी जॉकीला न्यूयॉर्कच्या किंग कॉलेजमध्ये (आता ते कोलंबिया विद्यापीठ या नावाने ओळखले जाते) पाठविले होते. त्याच्याबरोबर घोडे व नोकरही पाठविले कारण त्या जुन्या काळात स्वत:चे घोडे, नोकर बाळगण्याची मुभा होती. जॉकीने खूप शिकावे अशी जॉर्जची इच्छा होती. म्हणून त्याने जॉकीसाठी इंग्लंडहून पुस्तके मागविली.

जॉकीला शिक्षणात स्वारस्य नव्हते. त्याला लग्न करायचे होते. तो नेली कल्व्हेर्टसच्या प्रेमात पडला होता. जॉर्जची या लग्नाला संमती नव्हती. त्याला वाटत होतं त्याने इतक्या लहान वयात लग्नबंधनात अडकू नये. प्रथम काही शिकावं; पण जॉकीने तीनच महिन्यात कॉलेजला रामराम ठोकला व घरी परतला.

नेली दिसायला आकर्षक, वागा-बोलायला चांगली, चांगल्या घराण्यातील,

चांगल्या संस्कारात वाढलेली मुलगी होती. मार्थाला ती आवडली. नेली तिच्या मुलीच्या पॅटसीच्या वयाची होती. मार्थाने ह्या लग्नास संमती दिली.

२४ एप्रिल १७७४ ला कल्व्हनेलीचे कुटुंबीय घरी आले, नेलीही त्यांच्याबरोबर आली होती. त्यानंतर नेली अधुनमधून येत असे. १९ जून १७७४ला नेली घरी आली होती. जेवणे झाली, त्यानंतर नेली, पॅटसी व जॉकी गप्पा मारत होते. 'गुडनाईट' म्हणून पॅटसी स्वत:च्या खोलीत झोपायला गेली. नेलीही तिच्यापाठोपाठ पॅटसीच्या खोलीत झोपण्यासाठी गेली. ती खोलीत शिरत होती, तेवढ्यात तिला पॅटसीची किंकाळी ऐकू आली. पॅटसीला फीट आली होती. ती धाडकन खाली कोसळली. नेलीने धावत जाऊन तिला पकडले; पण... पॅटसीची ही फीट जीवघेणीच ठरली. एक शब्दही न उच्चारता, ती हे जग सोडून गेली. पॅटसीची किंकाळी ऐकून मार्था, जॉर्ज, जॉकी सर्वच धावत आले.

मार्था दु:खाने वेडीपिशी झाली. जन्मत:च नाजूक प्रकृतीच्या ह्या मुलीची मार्थाला खूप काळजी वाटायची. जॉर्जचेही पॅटसीवर खूप प्रेम होते. ती दिसायला जशी सुंदर होती तशीच मनाने निष्पाप, प्रेमळ होती. वर्डस्वर्थच्या कवितेत वर्णन केलेली ल्युसीच जणू !

पॅटसीच्या मृत्यूनंतर घरातले वातावरणच बदलले. नेली बरेच दिवस मार्थाजवळ राहिली. तिने मार्थाची काळजी घेतली. आपल्या गोड स्वभावाने, आदबशीर वागण्याने मार्थाच्या दु:खावर फुंकर घातली. नेलीच्या सहवासाने मार्थाचे दु:ख हलके झाले. पुढील आयुष्यातही त्या दोघींमध्ये मायलेकीसारखेच जवळकीचे नाते होते. पुढे जॉकी व नेली यांचे लग्न झाले.

मॅसेच्युसेटस येथील जॉन ॲडम या पुरोगामी वकीलाने सुचविले, 'वसाहतीनी ब्रिटिशांविरुद्ध द्यावयाच्या लढ्यासाठी आपला युद्ध नेता निवडायला हवा. मला वाटते जॉर्ज वॉशिंग्टनला आपण तशी विनंती करावी, कारण त्याच्याजवळ उत्तम सैनिकी शिक्षण, प्रत्यक्ष लढतीचा अनुभव, जिद्द, कणखरपणा हे गुण आहेत.'

जॉर्ज वॉशिंग्टनची, 'कमांडर इन चिफ' या पदी निवडणूक झाली. ही जबाबदारी स्वीकारताना तो म्हणाला, 'प्रथमत: देशाच्या स्वातंत्र्यासाठी लढा देण्याच्या ह्या महान कार्यासाठी कॉंटिनेंटल कॉंग्रेसने माझी निवड केल्याबद्दल मी आभारी आहे. मी देशभक्तीने प्रेरित होऊन ही जबाबदारी स्वीकारली आहे. मला पैशाच्या स्वरूपात कोठलाही मोबदला नको. फक्त ह्या मोहीमेसाठी लागणाऱ्या खर्चाची तरतूद आपण करावी, इतकीच विनंती आहे.'

पुढील काही दिवसात काँग्रेसने जॉर्जच्या सल्ल्यानुसार इतर काही आर्मी जनरल्सच्या नेमणुका केल्या. या काळात मार्था माऊंट व्हर्नामलाच राहत होती. जॉर्ज व मार्था एकमेकांना नियमित पत्रे पाठवित असत.

ब्रिटिश आर्मी सुसज्ज होती; पण अमेरिकन आर्मी म्हणजे राष्ट्रभक्तीने प्रेरित होऊन एकत्र आलेल्या लोकांचा समुदाय होता. खरंतर इतर सर्वच गोष्टींची उणीव होती.

हिवाळ्याच्या दिवसात चोहीकडे बर्फ साचत असे. त्या काळी दळणवळणासाठी चांगले रस्तेही नव्हते, बर्फ वितळण्याची वाट पाहत थांबावे लागे. जॉर्जने मार्थाला 'हिवाळी कॅम्प'ला भेट देण्यासंबंधी पत्र लिहिले. मार्था ॲनापोलीसच्या उत्तरेलाही कधी गेली नव्हती. गात्रे बधीर करणाऱ्या थंडीचा तिला अनुभवही नव्हता. तरीही ती फिलोडेल्फियाला गेली.

पुढे युद्ध संपेपर्यंत प्रत्येक हिवाळी कॅम्पसाठी मार्था जात असे. तिथे मार्था व इतर सैनिकांच्या बायका सैनिकांसाठी पायमोजे विणत, त्यांच्या कपड्यांना रफू करीत. अमेरिकन स्वातंत्र्यसैनिकांकडे थंडीपासून संरक्षण करणारे ना कपडे होते ना बूट. गोठलेल्या कडक जमिनीवरून धावताना त्यांच्या पायातून रक्त येई; पण त्याची पर्वा नसे. त्यावेळी सैन्याबरोबर सैनिकांच्या बायका मुलेही प्रवास करीत असत. बायका त्यांच्याबरोबर राहत, जेवण बनवित, कपडे धुवत, जखमी लोकांची सेवा करीत असत. त्यांचे नवरे लढताना जखमी झाले असता हातात शस्त्र घेऊन त्यांची जागा घेत.

'मेरी हिस' ही रात्री युद्धात थकल्याभागल्या सैनिकांना पिण्यासाठी पाणी देत असे, त्यांची शुश्रूषा करीत असे. ती 'मॉली पिचर' या नावाने प्रसिद्ध होती. तिचा नवरा युद्धामध्ये जखमी झाला असता ती पुढे सरसावली. त्याच्या हातातील तोफ सांभाळण्याचे काम तिने केले. पुरुषाचा पोषाख चढवून 'रॉबर्ट शॉटलेफ' हे नाव धारण करून, युद्धात खूप पराक्रम गाजविलेली स्त्री होती, 'डेबोराह सॅम्सन.'

एप्रिल १७७६ मध्ये देवीची साथ पसरली होती. जॉर्जला लहानपणी थोड्या प्रमाणात देवी येऊन गेल्या असल्यामुळे संसर्ग होण्याचा धोका नव्हता. त्याने मार्थाला देवीची लस टोचून घ्यायला लावले. सैन्यामध्ये लसीकरण करविले.

४ जुलै १७७६ला फिलाडेल्फियामध्ये काँटिनेन्टल काँग्रेसची दुसरी सभा झाली. कनेक्टिकट, जॉर्जिया, मेरिलँड, मेसॅच्युसेटस, डेलवेअर, न्यू हॅम्पशायर, न्यू जर्सी, न्यूयॉर्क, नॉर्थ कॅरोलिना, पेनासिल्व्हानिया, ऱ्होड आयलंड, साऊथ कॅरोलिना व व्हर्जिनिया या १३ वसाहती एकत्र आल्या व त्यांनी स्वातंत्र्याचा जाहीरनामा प्रसिद्ध केला. यामुळे वसाहतींमध्ये राष्ट्रीयत्वाची भावना रुजली. स्वातंत्र्यासाठी लढणाऱ्या क्रांतीकारकांना

त्यामुळे नैतिक अधिष्ठान प्राप्त झाले.

या युद्धात प्रथमत: पैशाचा व युद्ध साहित्याचा पुरवठा करून, फ्रान्स छुपी मदत करीत असे. १७७७च्या डिसेंबरमध्ये, फिलाडेल्फियापासून २० मैलावर असणाऱ्या 'व्हॅली फोर्ज' या हिवाळी कॅम्पमध्ये, स्वातंत्र्यलढ्यासाठी सुसज्ज आर्मी बनविण्यास सुरुवात झाली.

गात्रे गोठविणारी थंडी रोगराई, भूक यांचा सामना करताना ११,००० सैनिकांपैकी २५०० सैनिक मरण पावले होते. ब्रिटिशांचे संख्याबळ २३,००० सैनिक व ते फिलाडेल्फियाला सर्व सुखसोयींसह राहात असत.

मार्था व इतर ऑफिसरांच्या बायकांनी आपले एक मंडळ बनविले होते. दुपारच्या वेळी एकमेकींशी सुखदु:खाच्या गोष्टी बोलता बोलता सैनिकांसाठी आपल्या हाताने लोकरीचे पायमोजे विणणे चालू असे. मार्थाला उत्तम प्रकारे फ्रेंच भाषा बोलता येत असे. फ्रेंच अधिकाऱ्यांची ती विचारपूस करी. त्यांच्या मनात मार्थाबद्दल आदर होता.

उन्हाळ्यात मार्था घरी जात असे; पण प्रत्येक हिवाळ्यात जॉर्जचा जिथे मुक्काम असेल तिथे जाण्यासाठी आपल्या घोड्याच्या बग्गीत बसे. त्या काळी रस्ते चांगले नव्हते, प्रवास त्रासाचा होता.

फेरअरफॅक्स काऊंटीमधील जनरल असेम्ब्लीमध्ये जॉकी निवडून आला होता. जॉर्जला वाटत होतं त्याने खूप शिकावं; पण त्याने शिक्षणाला रामराम ठोकला. जॉर्जने जॉकीच्या वडिलोपार्जित इस्टेटीची आत्तापर्यंत देखरेख केली होती. जमीन खरेदी करून त्यात भरही घातली होती; पण शेती करण्यातही जॉकीला स्वारस्य नव्हतं. जॉर्जच्या कोणत्याच अपेक्षा जॉकीने पूर्ण केल्या नाहीत. सेनाधिकारी ह्या आपल्या जबाबदारीत जॉर्ज खूप व्यस्त होता, तरीही तो मार्थाकडे जॉकीसंबंधी नेहमी चौकशी करीत असे.

ब्रिटिशांबरोबरच्या युद्धाला प्रत्यक्ष तोंड फुटल्यावर फ्रान्सने वसाहतीच्या बाजूने युद्धात उतरण्याचा निर्णय घेतला. सेनाधिकारी जॉर्जने आपल्या सैन्यदलाचा कौशल्याने वापर केला. डेलवेअर नदी ओलांडून ब्रिटिश सैन्यावर हल्ला चढविला. या घनघोर युद्धात ब्रिटिशांची दाणादाण उडाली.

१७ ऑक्टोबर १७८१ रोजी व्हर्जिनियातील मार्कटाऊन येथे जॉर्जने इंग्लंडवर निर्णायक विजय मिळविला. या काळात मार्था, माऊंट व्हर्नामला राहत होती. जॉर्जच्या गैरहजेरीमध्ये तिने इथल्या इस्टेटीची उत्तमप्रकारे देखरेख केली. ती अधूनमधून विलियम्सबर्गला जाऊनही राहत असे व तिथल्या इस्टेटीचीही देखभाल करीत असे.

देशातले वातावरण देशभक्तीने भारलेले होते. जॉकीनेही आता स्वातंत्र्ययुद्धात भाग घेतला होता. त्यामुळे घरी नेली एकटीच राहत होती. तिला दोन मुले होती. नेली (ज्यू) व वॉश अशी त्यांची नावे होती. जॉकी युद्धावर गेला तो घरी परतलाच नाही. तो ज्या कॅम्पमध्ये राहत होता, तिथे त्याचा दुर्दैवी मृत्यू झाला. जॉकीच्या मृत्यूची बातमी समजताच जॉर्ज तिथे पोहोचला, त्याला खूप दुःख झाले. मार्था व जॉर्जला स्वतःची मुले झाली नाहीत; पण त्याने मार्थाच्या मुलांवर खूप प्रेम केले होते. १७८१ मध्ये इंग्लंडवर निर्णायक विजय मिळविल्याचा आनंद साजरा करण्याच्या मनःस्थितीत तो नव्हता. कारण त्याच सुमारास जॉकी ख्रिस्तवासी झाला होता.

मार्थाचे व नेलीचे सांत्वन करण्यासाठी जॉर्ज काही दिवस विलियम्सबर्गलाच होता. अमेरिकन सेनापती या दृष्टीने जॉर्जवर मोठी जबाबदारी आहे याची मार्थाला जाणीव होती.

८।। वर्षाच्या ह्या स्वातंत्र्यलढ्यात जॉर्जने यशस्वी नेतृत्व केले, त्याच्या खंबीर नेतृत्वामुळेच क्रांती यशस्वी झाली होती. ह्या काळात मार्था जॉर्जच्या मागे 'सावली'सारखी भरभक्कमपणे उभी होती. इंग्लंडचा सेनापती कॉर्नवालिस शरण आला व ३ सप्टेंबर १७८३च्या शांतता करारानुसार इंग्लंडने अमेरिकेला राजकीय मान्यता दिली.

जगाच्या नकाशावर 'अमेरिका' या नव्या राष्ट्राचा जन्म झाला.

युद्धामध्ये विजय मिळविल्यानंतर नेपोलियन व त्याच्यासारखे इतर नेक क्रांतिकारी नेते, सर्वसत्ताधीश राज्यकर्ते, हुकूमशहा बनले; पण जॉर्जने निर्णायक सैनिकी विजय मिळविल्यानंतरही लोकांच्या हातात सत्ता सुपूर्त केली आणि आपल्या गावी परतून, तो शेतीकडे वळला. इतिहासामध्ये असे दुसरे उदाहरण नसेल. मार्था व जॉर्ज यांचे एकमेकांवर नितांत प्रेम होते, त्यांच्या विचारात एकवाक्यता होती. मार्थाच्या सहवासात शांत आयुष्य घालविण्याची त्याची इच्छा होती; पण देशाच्या एकत्र बांधणीसाठी, देशाला त्याची गरज होती. नव्या राष्ट्राच्या उभारणीसाठी १३ पैकी नऊ राज्यांनी अजून संमती दिली नव्हती. त्याच्या मित्रांनी, जेम्स मेडीसन व अलेक्झांडर हॅमिल्टन यांनी जॉर्जला मदतीसाठी विनंती केली. जॉर्जने राज्यांना पत्रे पाठविली व संमती मिळविली.

६ एप्रिल १७८९ ला अमेरिकेची नवी राज्यघटना तयार करायचे ठरविले. सर्व सदस्यांनी जॉर्ज वॉशिंग्टनला राजकारणात पुन्हा सक्रिय होण्याची व राष्ट्राध्यक्ष हे सर्वोच्च पद स्वीकारण्याची विनंती केली.

जॉर्जने देशभक्तीने प्रेरित होऊन स्वातंत्र्ययुद्धात भाग घेतला होता. थोड्याशा सैन्यबळाच्या जोरावर, आपल्या सैनिकांना सदैव प्रोत्साहित करीत, बलाढ्य शत्रुविरुद्ध

अत्यंत कौशल्याने, त्वेषाने सामना केला होता व देशाला विजय मिळवून दिला होता. देशाने त्याला नेतृत्व करण्याची हाक दिली होती. मार्थाशी विचारविनिमय करून जॉर्जने १४ एप्रिल १७८९ला आपला होकार कळविला. दोन दिवसांनी देशाच्या तात्पुरत्या राजधानीच्या शहरी, न्यूयॉर्कला जाण्यासाठी त्याने प्रस्थान हालविले.

जॉन अॅडमने उपराष्ट्राध्यक्ष पद स्वीकारण्यासाठी संमती दिली. ३० एप्रिल १७८९ला न्यूयॉर्क शहरात शपथविधी सोहळा होणार होता. यावेळी मार्था माऊंट व्हर्नामला होती. मार्थाला न्यूयॉर्कला घेऊन येण्यासाठी जॉर्जने रॉबर्ट लुईस या आपल्या पुतण्यास पाठविले.

व्हर्जिनिया ते न्यूयॉर्क हा प्रवास दीर्घ पल्ल्याचा, त्रासाचाच होता. त्या जुन्या काळी रस्ते चांगले नव्हते. प्रवासामध्ये घोड्याच्या बग्गीचे चाक मोडायचे, चोराचिलटांची भीती, नद्यांना पूर यायचे, वाटेतले ओढे वाहायचे, रस्त्यावरील पूल कोसळायचे. बायका एकट्या प्रवास करीत नसत.

मार्था आपल्या सुशोभित कोचात बसली. लंडनमध्ये बनविलेला हा कोच तिला पेनसिल्व्हानिया राज्याने ८ वर्षांपूर्वी भेट दिला होता. ह्या कोचाचा पुढचा भाग हंसाच्या मानेसारखा डौलदार होता. ह्या कोचाच्या चारी बाजूच्या भिंतीवर चार ऋतुंची चित्रे रंगविली होती. आतमध्ये बसण्यासाठी हिरव्या रंगाची सॅटीनच्या कापडाची गादी होती.

मार्थासमवेत तिची विश्वासू नोकर 'मॉली' ही होती. मार्थाची नातवंडे, १० वर्षांची नेली (ज्यू) व ८ वर्षाचा वॉश तिच्या बरोबर होती.

कोचाच्या सोबत इतर नोकर घोड्यावरून जात होते. रॉबर्ट लुईसही घोड्यावर बसून सोबत चालला होता. पहिला थांबा होता, अलेक्झांड्रियाच्या उत्तरेस पोटोमॅकजवळील अॅबिंगटोन ही वनराई. मार्थाची सून 'नेली' येथे राहात होती. जॉकीच्या मृत्यूनंतर नेलीचे डेव्हिड स्टुअर्टशी लग्न झाले होते. नेली मार्थाची लाडकी सून होती. पुनर्विवाहानंतरही त्यांचे संबंध पूर्वीसारखेच होते. नेलीची मुले मार्थाजवळच राहात. आताही स्टुअर्टने व नेलीने मुलांना बरोबर न्यायला खुशीने परवानगी दिली होती.

प्रवासात ठिकठिकाणी मार्थाचे उत्स्फूर्त स्वागत झाले. फिलाडेल्फियामधील रस्त्यावर पुष्कळ लोक जमले होते. घरातील खिडक्यांमधून बायका, मुले उत्सुकतेने वाट पाहत होते. राष्ट्राध्यक्षाच्या पत्नीचे लोकांनी भव्य स्वागत केले.

रॉबर्ट मॉरीस या सधन व्यापाऱ्याने या क्रांतीसाठी सढळ हाताने मदत केली होती. रॉबर्ट व त्याचे कुटुंबीय यांच्याशी मार्थाची चांगली ओळख होती. रॉबर्ट एक कुशल संयोजक होता. जॉर्ज नेहमीच त्याचा सल्ला घेत असे. रॉबर्ट आत्ताही आधीच न्यूयॉर्कला पोहोचला होता. तो जॉर्जचा आर्थिक सल्लागारही होता.

व्हर्जिनिया ते न्यूयॉर्क ह्या प्रवासात मार्थाला जाणवले, ज्याप्रमाणे सारा देश जॉर्जला 'आपला नेता' या नात्याने सन्मान देतोय, त्याप्रमाणे अमेरिकन लोक तिच्यावरही भरभरून प्रेम करतायत. मार्थाच्या कोचाने न्यूयॉर्कमध्ये प्रवेश केला तेव्हा मॅनहाटन बंदरावर १३ तोफांची सलामी देऊन तिचे भव्य स्वागत केले गेले.

३० एप्रिल १७८९ या दिवशी न्यूयॉर्क शहरातील फेडरल हॉलमध्ये जॉर्ज वॉशिंग्टनने युनायटेड स्टेट्स ऑफ अमेरिकेचा प्रथम राष्ट्राध्यक्ष या नात्याने शपथग्रहण केले. अमेरिकन कॉंग्रेसने राष्ट्राध्यक्षासाठी दरवर्षी २५,००० डॉलर्स वेतनाची मंजुरी दिली होती. त्या काळी ही रक्कम खूप मोठी होती.

जॉर्ज वाशिंग्टनने सांगितले, 'अमेरिकन सैन्याचे नेतृत्व करताना मी आपणास सांगितले होते, मी देशभक्तीने प्रेरित होऊन ही जबाबदारी स्वीकारत आहे. आज तुम्ही सर्वानुमते मला राष्ट्राध्यक्षाची जबाबदारी घ्यायची विनंती केली आहे, मी ती आनंदाने स्वीकारत आहे; पण मी माझ्या पहिल्या भूमिकेशी ठाम आहे, मला कुठलाही आर्थिक मोबदला नको.'

जॉर्ज वॉशिंग्टनने सेक्रेटरी ऑफ वॉर या पदासाठी हेन्री नॉसची, ॲटॉर्नी जनरल या पदासाठी ॲडमंड रँडॉफची व पोस्टमास्टर जनरल या पदासाठी सॅम्युएल ऑसगुडची नियुक्ती केली.

जॉर्ज हा एक उत्कृष्ट सेनानी होता, तसाच तो धुरंधर राजकारणी होता. त्याच्या ठिकाणी शरीर-मनाचे उत्तम संतुलन होते. तो अनेक विषयांवर सखोल अभ्यास करीत असे. त्याने ॲडम स्मिथचे 'वेल्थ ऑफ नेशन्स' वाचले, अभ्यासिले होते. तसेच जॉन लॉक्सच्या 'टू ट्रेटीज ऑफ गव्हर्नमेंट' वाचले होते. तो म्हणे, 'सरकार म्हणजे तर्कबुद्धी नव्हे, भाष्य नव्हे, सरकार म्हणजे शक्ती. अग्नीप्रमाणे तो एक त्रासदायक नोकर व तसाच भीती निर्माण करणारा मालक, एक क्षणभरही त्याचा वापर निष्काळजीपणाने होता कामा नये!

जॉर्ज वॉशिंग्टनने हेतूपुरस्सर, युरोपिअन राजकारणातील राजेशाही प्रथांना फाटा दिला व लोकशाही तत्त्वाला अनुसरून नव्या गोष्टी रुजविल्या. राष्ट्राध्यक्षपदाची सूत्रे हातात घेऊन दोन आठवडे झाले होते. जॉर्ज वॉशिंग्टन तापाने फणफणला होता, डाव्या मांडीवर एक मोठी कडक गाठ आली होती, खूप वेदना होत होत्या.

डॉक्टरांनी तपासले व 'ॲंथ्रॅक्स'चे निदान केले. राष्ट्राध्यक्ष जॉर्जच्या जीवनातील गेल्या ८-१० वर्षांचा काळ हा सतत धावपळीचा. घोड्यावर बसून डोंगरदऱ्यातून प्रवास करीत युद्ध खेळण्यात गेला होता. बऱ्याचदा घोड्यांना जखमा होत, कधी जंतुसंसर्ग होऊन त्यातून रक्त-पू येत असे. अशावेळी घोड्याच्या ह्या संपर्कातूनच उद्‌भवलेला हा आजार होता.

'अँथ्रॅक्स' या रोगामुळे झालेली ही गाठ काढून टाकणे गरजेचे होते. त्याकाळी अशी ऑपरेशन्स फारच क्लेशदायक असत. ॲनस्थेशियाचा शोध लागला नव्हता. त्यामुळे भूल न देताच ऑपरेशन केले जाई. डॉक्टर व त्यांचा मुलगाच असलेला दुसरा मदतनीस डॉक्टर या दोघांनी ती गाठ काढून टाकली. ४ तास ऑपरेशन चालू होतं; पण जॉर्जनी तोंडाने हूं का चू केलं नाही. त्याची असीम सहनशक्ती बघून डॉक्टरही आश्चर्यचकित झाले. त्याच्या अनुपस्थितीत जॉन ॲडॅमने शासनाचा कारभार व्यवस्थितपणे चालविला होता. प्रकृती ठीक होताच, जॉर्जने अमेरिकेतील उत्तरेकडील ७ प्रांतांना भेटी दिल्या. जनमताचा कानोसा घेतला. जॉर्ज वॉशिंग्टनने राज्यकारभारात अनेक नवे पायंडे पाडले. चिफ एक्झिक्युटिव्ह या नात्याने कॅबिनेट मिटिंग्ज घेऊन, त्या त्या खात्याच्या सेक्रेटरीचा सल्ला घेण्याचा पायंडा पाडला. त्याने काँग्रेससमोर भाषणे करण्याचेही पायंडे घालून दिले.

त्याने फेडरल जज्जांच्या नेमणुका केल्या व बँकांचे व्यवहार, चलन याविषयीच्या मुलभूत व्यवस्थेसंबंधी नियमावली व सरकारी नियंत्रणाबद्दल कायदे केले. जॉर्ज वॉशिंग्टन म्हणत असे, 'स्वातंत्र्यप्राप्तीसाठी तलवारीची अत्यंत जरूरी होती; पण स्वातंत्र्य प्राप्त होताच ती प्रथम बाजूला ठेवायला हवी.'

दर रविवारी चर्चमध्ये प्रार्थना करण्यासाठी जाणे, हा जॉर्ज-मार्था यांच्या जीवनाचा एक अविभाज्य भाग होता. न्यूयॉर्कमधील ब्रॉडवे येथील 'ट्रिनिटी चर्च' हे स्वातंत्र्य युद्धात आगीच्या ज्वाळात भस्मसात झाले होते. त्यामुळे सेंटपॉल चॅपेल येथील एपिस्कोपेलिअन चर्चला ते भेट देत असत.

त्या काळी मनोरंजनासाठी फारसे मार्ग उपलब्ध नव्हते; पण न्यूयॉर्कला जॉन स्ट्रीट वरील एकमेव थिएटरमध्ये नाटकांचे प्रयोग होत. मार्था-जॉर्जना नाटके पाहणे आवडे.

राजधानीसाठी नवे शहर वसवायचे ठरले होते; पण तोपर्यंत फिलाडेल्फिया हे राजधानीचे शहर राहणार होते. न्यूयॉर्कपेक्षा ते अधिक मोठे व स्वच्छ होते. फिलाडेल्फियातील 'मॅक्कॉम्ब मेन्शन' ही चार मजली इमारत सर्वात छान घर होते. तिथे फ्रेंच मिनिस्टर राहत असे; पण तो फ्रान्सला परत गेला होता, त्यामुळे ती वास्तू भाड्याने घेऊन तिथे राष्ट्राध्यक्ष राहू लागले.

राष्ट्राध्यक्ष कारकिर्दीच्या पहिल्या वर्षी, नवराष्ट्र उभारणीमध्ये सर्वांनीच एकोप्याने काम केले. जनमताचा कौल जाणून घेण्यासाठी त्याने सर्व प्रदेशांना भेटी दिल्या; पण त्यानंतर राज्यकारभार कसा चालवायचा यावर बरेच वादविवाद झाले.

फ्रान्समध्ये अराजकसदृश्य स्थिती होती. १७८९ मध्ये जमावाने बस्टाईल तुरुंगावर हल्ला केला. फ्रेंच राज्यक्रांतीची ही सुरुवात होती. फ्रान्समध्ये पेटलेल्या क्रांतीच्या ज्वाळांनी अमेरिकेतील सरकारामध्ये अस्वस्थ वातावरण होते. अमेरिकेतही ह्याचे पडसाद उमटतील याची चिंता वाटत होती.

१७९२च्या अखेरीसच वॉशिंग्टनने सचिव मंडळास सांगितले होते, 'ह्या टर्मनंतर मी निवृत्ती घेणार.' सर्वजणांनी वॉशिंग्टनला दुसऱ्या टर्ममध्येही राष्ट्राध्यक्ष म्हणून कारभार करण्यासाठी विनंती केली. सर्वांनी इलेक्टोरल व्होटींग मशिनद्वारा, एकमताने जॉर्ज वॉशिंग्टनची राष्ट्राध्यक्ष पदासाठी फेरनिवड केली.

४ मार्च १७९३ मध्ये फिलाडेल्फिया येथे राष्ट्राध्यक्षपदाची शपथ घेताना जॉर्ज म्हणाला, 'प्रिय बांधवांनो, तुम्ही युनायटेड स्टेटस् ऑफ अमेरिकेच्या लोकांनी माझ्याबद्दलच्या ज्या विश्वासाने ह्या पदावर माझी नियुक्ती करून जो सन्मान दिला आहे, त्याबद्दल मला वाटणारी कृतज्ञता मी व्यक्त करीत आहे. कोणताही सरकारी कार्यभाग सांभाळण्यासाठी संविधानानुसार शपथ घेणे आवश्यक आहे, ती मी आता सर्वांसमक्ष घेत आहे. माझ्याकडून राज्यकारभारासाठी घालून दिलेल्या नियमांचे उल्लंघन झाल्यास माझ्या अधिकारावर अंकूश ठेवला जाईल, याची या पवित्र समारंभाने मला जाणीव करून दिली आहे.'

जॉर्ज वॉशिंग्टनच्या शपथग्रहण समारंभानंतर लगेचच फ्रान्समधून ज्या वार्ता येत होत्या त्या अत्यंत धक्कादायक होत्या. फ्रेंच सम्राट सोळावा लुई व राणी मेरी अ‍ॅन्टानिओ यांना ठार केले होते.

ज्या फ्रेंच अधिकाऱ्यांनी अमेरिकन स्वातंत्र्ययुद्धात वसाहतींच्या बाजूने लढून अमेरिकेस मदत केली होती, त्यांनाही अटक करून तुरुंगात ठेवले होते. त्यांच्या कुटुंबियांनाही तुरुंगात टाकले होते.

१७८४ मध्ये अमेरिकन राज्यक्रांतीपूर्वी क्रांतिकारक व फ्रेंच सरकार यामध्ये परस्पर सहकार्याचा करार झाला होता.

जेफरसनला वाटत होते, हा करार आपणास बंधनकारक आहे. हॅमिल्टनचे म्हणणे होते, ज्या राजाशी करार झाला त्याचाच वध झालाय, तेव्हा हा करार आता रद्दबादल ठरतो.

जॉर्ज वॉशिंग्टनने अशी ठाम भूमिका घेतली की, आपले राष्ट्र हे नव्याने उदयाला आलेले राष्ट्र आहे. आपल्याकडे स्वत:चे आरमार नाही, सैन्यदल नाही, युरोपच्या युद्धात पडणे म्हणजे आपला सर्वनाश ओढवून घेणे ठरेल. जॉर्ज वॉशिंग्टनने २२ एप्रिल १७९३ला अमेरिका हे तटस्थ राष्ट्र असल्याचे घोषित केले. तेव्हा अलिप्त राष्ट्र ही संकल्पनाच रुढ

नव्हती. तेव्हा ही अशी घोषणा करण्यात जॉर्ज वॉशिंग्टनची दूरदृष्टी दिसून येते. म्हणूनच त्याला गौरवाने म्हटले जाते, 'युद्धामध्ये अग्रणी, शांतता राखण्यात अग्रेसर व देशवासियांच्या ह्रदयात पहिले स्थान मिळविलेला थोर नेता म्हणजे जॉर्ज वॉशिंग्टन.'

४ मार्च १७९७ला जॉर्ज वॉशिंग्टनने निवृत्ती स्वीकारली. जॉन ॲडॅम्स या नव्या राष्ट्राध्यक्षाकडे राज्यकारभाराची सूत्रे प्रदान केली व फिलाडेल्फियातील आपल्या मित्रांचा निरोप घेतला.

८ वर्षांच्या राजकीय कारकिर्दीस रामराम ठोकून पुन्हा नांगर हातात घेण्यासाठी तो १५ मार्च १७९७ला माऊंट व्हर्नामला गेला. शेती करणे, मार्थाच्या सहवासात संथ लयीचे शांत आयुष्य घालविणे ह्यातच जॉर्जला स्वर्गसुख वाटत असे. त्याच्या मनात ना कुणाबद्दल द्वेष होता ना कुणाबरोबर त्याला स्पर्धा करायची होती. रणांगणावर झुंजार योद्धा असलेला जॉर्ज अंतर्यामी अतिशय कनवाळू होता. त्याचे मार्थावर फार प्रेम होते. तिला थोडीशीही गैरसोय सहन करावी लागू नये म्हणून तिच्या सुरक्षिततेसाठी तो बारकाईने लक्ष देत असे. त्याबद्दल ॲडॅम्स बऱ्याचदा त्याची थट्टाही करीत असे.

मार्थाविषयी त्याच्या मनात नितांत आदर होता. मार्था दिसायला आकर्षक होती, तिचे स्मितहास्य, मार्दव व संभाषणचातुर्य समोरच्या व्यक्तीस सहज जिंकून घेत. जॉर्जच्या राजकीय वाटचालीमध्ये मार्था त्याची विश्वासू सहचरी होती. तिचे वाचन चांगले होते, सर्व गोष्टींची माहिती तिला असे. जॉर्ज तिच्याशी सर्व गोष्टींवर चर्चा करीत असे. एका उत्कृष्ट राष्ट्राध्यक्षाची ती सर्वार्थाने कर्तबगार पत्नी ठरली.

एक खंबीर, कणखर व्यक्ती अशी जॉर्जची जनमानसामधील प्रतिमा असली तरी तो पुष्कळदा चिडचिडा होई, कारण तो प्रकृतीने धडधाकट वाटत असला तरी त्याच्या तब्येतीच्या कुरबुरी असत, दातांचा त्रास होता. वयाच्या २२व्या वर्षी पहिला दात पडला तर तो राष्ट्राध्यक्ष झाला तेव्हा त्याच्या तोंडात एकच दात शिल्लक होता. तो खोटे दात वापरे. त्या काळी ह्या खोट्या कवळीचा खाण्यासाठी काही उपयोग नसे.

इतिहासकारांच्या मते त्याला देवी, मलेरिया या आजारांवर इलाज करण्यासाठी दिलेल्या औषधात पारा वापरलेला होता व त्याच्या दुष्परिणामामुळे त्याचे दात पडले. मार्था त्याला 'माय डिअर ओल्ड मॅन' म्हणे. ती त्याला बऱ्याचदा सबुरीचा सल्ला देई, त्याला सांभाळून घेई.

१७९८ मध्ये फ्रेंच सरकारने अमेरिकन जहाजांवर हल्ले चढविले. एक प्रकारे हे अघोषित युद्धच होते. तेव्हा फ्रेंचांचा बीमोड करण्यासाठी, राष्ट्राध्यक्ष जॉन ॲडॅम्सने जॉर्ज वॉशिंग्टनला मदत करण्याची विनंती केली. जॉर्ज फिलाडेल्फियाला आला–

सैन्याची पुनर्रचना केली. आपला प्रतिनिधी पाठवून प्रथम फ्रान्सशी बोलणी करायचा सल्लाही राष्ट्राध्यक्षांना दिला. या प्रतिनिधीने समझोता घडवून आणला व युद्धाचा धोका टळला. त्यानंतर जॉर्ज परतला.

१७९९चा हिवाळा फार कडक होता. १२ डिसेंबर १७९९ला जॉर्ज नेहमीप्रमाणेच शेतावर फेरफटका मारून, पिकांवर देखरेख करून परतला. त्याला थंडीने हुडहुडी भरली. रोज संध्याकाळी तो मार्थाला वर्तमानपत्र वाचून दाखवित असे; पण आज त्याला बोलायला फार त्रास होत होता. रात्री श्वास घेण्यास त्रास होऊ लागला. पहाटे डॉक्टरांना बोलाविले. जॉर्जला घशाचे इन्फेक्शन झाले होते, धाप लागली. सबंध दिवस जॉर्ज मृत्यूशी झुंजत होता. डॉक्टरी उपाय चालू होते.

मार्था शेजारच्या खोलीत एका खुर्चीवर बसली होती. वरकरणी शांत वाटत होती. तिने आपल्या पहिल्या नवऱ्याची घटसर्पाच्या आजारात, श्वासासाठीची शेवटची धडपड पाहिली होती. जॉर्जची ही शेवटची धडपड आहे हे सत्य स्वीकारणे तिला जड जात होते.

१४ डिसेंबरला सर्व डॉक्टरी उपाय असफल झाले. जॉर्ज ख्रिस्तवासी झाला. खोलीबाहेर येणाऱ्या डॉक्टरांना मार्थाने विचारले, 'तो गेला का?'

डॉक्टरांनी होकारार्थी मान हलविली.

मार्था पुटपुटली, 'ठीक आहे जॉर्ज, मीही तुला भेटायला लवकरच येतेय.'

गात्रे गोठविणाऱ्या थंडीमध्ये माऊंट व्हर्नामचा आसमंत दुःखाच्या धुसर धुक्यात गुरफटला होता. जॉर्ज वॉशिंग्टनच्या अकस्मात झालेल्या दुःखद निधनाची बातमी समजताच नेली व तिचा पती डेव्हिड स्टुअर्ट आले. नेली, मार्थाला–सासूला भेटायला गेली. गेल्या २५ वर्षांत त्या दोघींनी सुखदुःखाच्या प्रसंगात एकमेकींशी हितगुज केले होते; पण आज सासूच्या चेहऱ्यावरील दुःखाचे थिजलेले भाव बघून नेलीच्या तोंडून शब्दच फुटेना. अलेक्झांड्रियाहून जॉर्जचा पुतण्या रॉबर्ट लुईस आला.

१८ डिसेंबर १७९९ला संध्याकाळी जॉर्ज वॉशिंग्टनच्या पार्थिवावर अंत्यसंस्कार झाले. शवपेटीसोबत सरकारी अधिकारी व मित्र घोड्यावर बसून चालले होते. २०० सैनिक व सोबत मिलिटरीचा बँड यांचे पथक अलेक्झांड्रियाहून व्हर्जिनियापर्यंतच्या रस्त्यावर संचलन करीत होते. सर्व नातलगांनी जॉर्ज वॉशिंग्टनला भावपूर्ण निरोप दिला.

सर्व देशावर दुःखाची छाया पसरली. सर्व देशामध्ये पुढील दोन महिन्यांपर्यंत जॉर्ज वॉशिंग्टनला श्रद्धांजली अर्पण करण्यासाठी मूक पदयात्रा, भाषणे, प्रवचने होत होती.

पुढे लोकांनी अशी इच्छा व्यक्त केली की, जॉर्जचे शव त्यांच्या कुटुंबाच्या मालकीच्या कबरस्तानामधून बाहेर काढून राजधानीच्या शहरी दफन करावे. त्याप्रमाणे काँग्रेसने मार्थाला विनंती केली व ती मार्थाने उदारपणे मान्य केली.

उर्वरित आयुष्यात जॉर्जची अशी धारणा होती की, कुणाही माणसाला गुलाम म्हणून जन्मभर वेठीस ठेवणे अमानुषपणाचे आहे. त्याने आपल्या मृत्यूपत्रात अशी इच्छा व्यक्त केली होती की, त्याच्या पदरी असणाऱ्या गुलामांना मुक्त करावे.

१ जानेवारी १८०० या दिवशी मार्थाने जॉर्जकडे असणाऱ्या गुलामांना मुक्त केले. त्या काळी प्रचलित असलेल्या या गुलामीच्या प्रथेच्या विरुद्ध जॉर्जने जाहीर वक्तव्य केले नव्हते; पण आपल्या गुलामांना आपल्या पश्चात मुक्त करण्याची कृती, त्याच्या काळाच्या फार पलीकडची गोष्ट होती हे नक्की.

त्याने राष्ट्राध्यक्षाची कारकीर्द दोन टर्मपुरतीच ठेवण्याचा पायंडा घातला व निवृत्ती घेतली. जॉर्ज वॉशिंग्टनला 'देशाचा पिता' म्हणून गौरविले जाते, ते उचितच आहे.

जॉर्जच्या मृत्यूनंतर महत्त्वाच्या व्यक्ती मार्थाला भेटायला येत. त्यांच्याशी ती राजकारणावर चर्चा करीत असे. जॉर्जच्या मृत्यूनंतर मार्थाने, जॉर्जने तिला लिहिलेली सर्व पत्रे जाळून टाकली. या कृत्यामागे तिचा उद्देश होता आपल्या खाजगी गोष्टी गुप्तच राहाव्या. १८०२ मध्ये मार्थाही हे जग सोडून गेली.

शांतिदूत

अल्बर्ट आइनस्टाइन
(यांचे सामाजिक गुरुत्वाकर्षण)

''१९२१ चा नोबेल प्राइझ 'विजेता. 'सापेक्षतावाद' समजण्यासच इतका गहन की, सर्वसाधारण व्यक्ती त्यापासून लांब आणि आइनस्टाइनपासून दूर ! या थोर शास्त्रज्ञाची मानव-जातीकडे बघण्याची दृष्टी फार वेगळी आहे. जगाचा नाश टाळण्यासाठी शांती प्रस्थापित करण्यासाठी अल्बर्टनं जीवाचं रान केलं, भाषण देत व निवेदन सादर करत जगभर फिरला. हे त्याचं 'सामाजिक गुरुत्वाकर्षण.''

३१ डिसेंबर १९९९च्या 'टाईम' मासिकाच्या मृखपृष्ठावर 'अल्बर्ट आइनस्टाइन' यांचा फोटो झळकला. त्यांना 'ह्या सहस्रकातील सर्वश्रेष्ठ व्यक्ती' असल्याचे घोषित करण्यात आले. १९२१ मध्ये पदार्थविज्ञानातील सापेक्षतावादाच्या सिद्धान्ताबद्दल 'नोबेल पारितोषिका'नी सन्मानित करण्यात आलेल्या या प्रसिद्ध शास्त्रज्ञाला दिलेला हा सन्मान यथायोग्यच होता.

टाईम मासिकाच्या संपादकाने त्यांना विद्वानांमध्येही सर्वश्रेष्ठ विद्वान, असण्याबद्दल गौरविले होते.

आइनस्टाइनननी वैज्ञानिक संशोधनाच्या बाबतीत हिमालयातील एव्हरेस्ट शिखर पादाक्रांत केले होते; पण या महान व्यक्तीची इतकीच ओळख पुरेशी नाही. ते एक थोर मानवतावादी समाजशास्त्रज्ञ, विचारवंत होते. अल्बर्ट आइनस्टाइन यांचे विचार डावीकडे झुकणारे, समाजवादी असले, तरी ते नाझी हुकूमशाहीच्या विरोधात परखड मत नोंदविणारे, लोकशाही राज्यप्रणालीचे पुरस्कर्ते होते.

ता. २ ऑगस्ट १९३९ ला अल्बर्टनी अमेरिकेचे राष्ट्राध्यक्ष एफ. डी. रुझवेल्ट यांना एक पत्र लिहिले. त्यात म्हटले होते, 'नजिकच्या भविष्यकाळात, 'युरेनियअम' हे मूलतत्त्व, हा एक नवा व महत्त्वाचा शक्तिस्रोत ठरू शकेल. युरेनिअमच्या संक्रमणाच्या साहाय्याने प्रचंड शक्ती व 'रेडियम'सारख्या मूलतत्त्वाचा मोठा साठा बाहेर पडण्याची शक्यता निर्माण झाली आहे. ह्याबद्दल फ्रान्समध्ये प्रयोग चालू आहेत. जर्मनीने झेकोस्लाव्हाकियाच्या खाणींवर ताबा मिळविल्यावर, जर्मन सरकारने युरेनिअमच्या विक्रीवर बंदी घातली आहे. तेही यासंबंधी प्रयोग करीत असण्याची शक्यता आहे.' जर्मनीच्या आण्विक प्रयोगाबद्दल अमेरिकन शासनाला सावध करणे, हा ह्या पत्राचा उद्देश होता. पुढे अमेरिकन शासनाने आण्विक शस्त्रास्त्रांच्या निर्मितीसाठी मोठ्या प्रमाणात जे प्रयोग केले, ते मॅनहाटन प्रोजेक्ट म्हणून प्रसिद्ध आहेत. त्यामध्ये आइनस्टाइन यांचा सहभाग नव्हता. १९३९ मध्ये युरेनियमसंबंधी संशोधन करण्यासाठी राष्ट्राध्यक्षांनी एक 'ॲडव्हायझरी कमिटी' बनविली होती. ह्या कमिटीचे सभासद होण्यासही आईस्टाईननी नकार दिला होता.

पुढे ६ ऑगस्ट व ९ ऑगस्ट १९४५ ह्या दिवशी अमेरिकेने जपानच्या हिरोशिमा व नागासाकी या शहरांवर अणुबॉम्ब टाकले. त्यामुळे अपरिमित मनुष्यहानी झाली. मानवतेला काळिमा फासणाऱ्या या कृत्याचा आइनस्टाइनननी निषेध केला होता. आण्विक शस्त्रास्त्रे बनविण्याच्या कार्यक्रमासाठी अमेरिकेला उद्युक्त केल्याबद्दल आपणाला वाईट वाटले, असेही प्रांजळपणे सांगितले होते.

मे १९४६ मध्ये 'युद्धखोरी व आण्विक शस्त्रास्त्रे' याविरुद्ध लढा देणाऱ्या संघटनांना आइनस्टाइनननी आपला पाठिंबा जाहीर केला. आण्विक शस्त्रास्त्रांमुळे निर्माण होऊ घातलेल्या धोक्यासंबंधी प्रबोधन करण्याच्या उद्देशाने, आण्विक शास्त्रज्ञांनी एक 'इमर्जन्सी कमिटी' बनविली. त्याचे आइनस्टाइन अध्यक्ष होते. त्यांनी निधी गोळा केला. आण्विक शास्त्रज्ञांनी लिहिलेली या विषयावरची परिपत्रके प्रसृत करण्यासाठी ह्या निधीचा वापर केला.

१९५५ मध्ये बर्ट्राण्ड रसेल एक महान तत्त्वज्ञ व शास्त्रज्ञ, यांनी आईस्टाईन यांच्याशी संपर्क साधला. आण्विक शस्त्रास्त्रांच्या नि:शस्त्रीकरणासंबंधी व युद्धे होऊ न देण्यासंबंधी कोणते मार्ग अनुसरावे ह्याचा विचार करण्यासंबंधी शास्त्रज्ञांची परिषद बोलविण्याचे ठरले. जुलै १९५७ ला पगवॉश, नोव्हा स्कोशीया येथे पहिली मीटिंग झाली. रसेल व आइनस्टाइन यांनी एक जाहीरनामा प्रसृत केला. त्यामध्ये फक्त आण्विक शस्त्रे नष्ट करण्याचेच नव्हे, तर युद्धे टाळा असे आव्हान केले होते. ह्या कमिटीमध्ये ११ शास्त्रज्ञांचा समावेश होता. ह्यापैकी ९ शास्त्रज्ञ नोबेल पारितोषिक विजेते होते.

आइनस्टाइनांच्या मते, 'आण्विक शस्त्रास्त्रांचा प्रश्न' हा 'लष्करीकरण व राष्ट्रवाद' या व्यापक प्रश्नांमध्ये अंतर्भूत असलेला प्रश्न आहे. १९४५ मध्ये त्यानी 'अॅटोमिक वॉर ऑर पीस' या लेखात स्पष्टपणे सांगितलंय, 'आण्विक शक्तीच्या शोधामुळे नवे प्रश्न निर्माण झालेत असे म्हणता येणार नाही; पण आता या शोधामुळे हा प्रश्न तातडीने सोडविण्याची निकड भासू लागली आहे. जोपर्यंत राष्ट्रा-राष्ट्रात लष्करी वर्चस्व प्रस्थापित करण्यासंबंधी स्पर्धा चालू आहे, तोपर्यंत युद्धे अटळ आहेत. अणुबॉम्ब अस्तित्वात येण्यापूर्वीपासूनच हा सत्तासंघर्ष होता. आता बदल झाला आहे तो युद्धाच्या संहारक शक्तीमध्ये.'

१९४८ मध्ये प्रसृत केलेल्या 'ए मेसेज टू इंटलेक्च्युअल्स', ह्या निवेदनात आइनस्टाइन म्हणतात, 'आपण अनेक देशातील बुद्धिमान विद्वान लोक आज इथे एकत्र जमलो आहोत. आपल्यावर मोठी ऐतिहासिक जबाबदारी आहे. जगामध्ये शांतता व सुरक्षितता नांदावी हा आपला मुख्य उद्देश आहे. त्यासाठी आपल्याला संघटित प्रयत्न करायचे आहेत. माणसाला आजपर्यंत अशी राजकीय, आर्थिक व्यवस्था निर्माण करता आलेली नाही, ज्यायोगे शांततामय सहजीवनाची शाश्वती मिळेल, युद्धेही टाळता आलेली नाहीत. आपण शास्त्रज्ञांनी लावलेल्या शास्त्रीय शोधामुळे संहारक अस्त्रे अधिक प्रभावी व विध्वंसक ठरली. आता ह्या शस्त्रास्त्रांचा संहारक अस्त्रे म्हणून उपयोग करण्याचे थांबविणे, हे आपले परम कर्तव्य आहे व त्यासाठी संघटित प्रयोग व्हायला हवेत.'

१९५२ मध्ये प्रसृत झालेल्या 'ऑन द अॅबॉलिशन ऑफ द थ्रेट ऑफ वॉर' या लेखात त्यांनी स्पष्टपणे निवेदन केले आहे, 'जोपर्यंत सार्वभौम राष्ट्रे आपापसातले तंटे शांततापूर्ण मार्गाने सोडविण्याचा व आपल्या मूलभूत हक्कांचे रक्षण करण्यासाठी कायद्याच्या चौकटीमध्ये राहून प्रयत्न करीत नाहीत, तोपर्यंत युद्धे अटळ आहेत.'

१२ फेब्रुवारी १९५०ला NBC टेलिव्हिजन चॅनेलवरील, 'मिसेस रुझव्हेल्टसोबत आज', ह्या कार्यक्रमात आइनस्टाइन यांचा सहभाग होता. अमेरिकेने हिरोशिमा व

नागासकी या शहरांवर जे अणुबॉम्ब टाकले त्यामुळे अमेरिकेचे लष्करी श्रेष्ठत्व निर्विवाद प्रस्थापित झाले. शस्त्रास्त्रांच्या चढाओढीत असेच श्रेष्ठत्व संपादन करण्यासाठी अधिक शक्तीशाली हैड्रोजन बॉम्ब तयार करण्याच्या अमेरिकेच्या शास्त्रीय प्रयोगाबद्दल चर्चा करण्यासाठी हा कार्यक्रम आयोजित केला होता.

त्यावेळी आइनस्टाइन म्हणाले, 'आण्विक क्षमता प्राप्त करून घेण्यामुळे देश संरक्षित होईल, ही कल्पना फसवी आहे. अमेरिका व सोव्हिएत युनियन यांच्यातील शस्त्रास्त्र चढाओढीने एक धोकादायक वळण घेतले आहे. रशियावर वर्चस्व संपादन करण्याच्या उद्देशानेच, अमेरिका ह्या हैड्रोजन बॉम्ब बनविण्याच्या घातक प्रयोगात गुंतली आहे. ह्या अतिसंहारक हैड्रोजन बॉम्बचा वापर झाला, तर त्यातून उत्सर्जित होणाऱ्या विषारी द्रव्यामुळे वातावरण दूषित होईल व पृथ्वीवरील जनजीवन नष्ट होण्याची भीती निर्माण होईल.'

१९५० मध्ये प्रसृत झालेल्या 'नॅशनल सिक्युरिटी' ह्या लेखात 'मिसेस एलेनार रुझव्हेल्ट यांच्याशी वार्तालाप करण्याच्या टिव्हीवरील कार्यक्रमामुळे या विषयासंबंधी माझी मते लोकांना सांगण्याची संधी मला मिळाली, ह्याबद्दल मी आभार प्रदर्शित करीत आहे,' असे सांगतच त्यांनी सुरुवात केली होती आणि आपले मौलिक विचार जनतेपुढे ठेवले. ''लष्करी सामर्थ्य वाढविणे हाच देशाची संरक्षणसिद्धता मिळविण्याचा एकमेव मार्ग आहे. लष्करी सामर्थ्य वाढविण्यासाठी अतिसंहारक आण्विक शस्त्रे बाळगणे आवश्यक आहे. शत्रूपक्षावर कुरघोडी करण्यासाठी जगामध्ये महत्त्वाच्या ठिकाणी लष्करी ठाणे उभारणे, लष्करी सामर्थ्य वाढविण्यासाठी देशाच्या आर्थिक संपत्तीचा ओघ वळविणे, प्रसारमाध्यमे, रेडिओ, वृत्तपत्रे यांचा उपयोग लोकांना युद्धासाठी प्रवृत्त करण्यासाठी, प्रबोधन करण्यासाठी वापरणे, हे सारे विचार चुकीच्या गृहीतकावर आधारित आहेत. भविष्यात कधीतरी रशिया व अमेरिका यात युद्ध होईल या कल्पनेने आज आपण आपले वर्तमानातले सुख-चैन हरवून बसलो आहोत. देशादेशातील शांततामय सहजीवनासाठी आपण काय करू शकतो, हा खरा प्रश्न आहे. जगातील सर्व देशातील मानवांचे शांततामय सहजीवन परस्परांवरील विश्वासावर अवलंबून आहे. मग न्यायव्यवस्था, पोलीसयंत्रणा ह्या बाबी दुय्यम महत्त्वाच्या ठरतात.''

आइनस्टाइननी वेळोवेळी केलेल्या निवेदनातून अनेक विषयांवरची आपली विरोधी मतेही कुणाची भिडभाड न बाळगता स्पष्टपणे उघड केली होती.

१९४० मध्ये प्रसृत केलेल्या (Why Socialism) ह्या लेखात ते म्हणतात, 'मनुष्यप्राण्यांनी काय साध्य करावे, कुठपर्यंत पोहोचावे हे विज्ञानाला निश्चित करता येत

नाही. काही गोष्टी साध्य करण्यासाठी आवश्यक अशी साधने, पद्धती विज्ञान पुरवू शकेल. समाजवादाचे उद्दिष्ट सामाजिक व नैतिक अशा दोन्हीही गोष्टी साध्य करण्याचे असते.

मनुष्य हा एकाच वेळी आपल्या अंगभूत गुणांचा विकास करणारा, स्वतःच्या वैयक्तिक गरजा पुरविणारा, स्वतःचे जीवन सुरक्षित ठेवणारा, एकांडा शिलेदार असतो आणि त्याचवेळी तो इतरांच्या दुःखात सहभागी होणारा, त्यांच्या दुःखात त्यांचे सांत्वन करणारा, त्यांच्या आनंदात सहभागी होणारा सामाजिक प्राणीही आहे. मनुष्य समाजावर अवलंबून आहे ही नैसर्गिक गोष्ट आहे.

भांडवलशाही व्यवस्थेमुळे आजची आर्थिक बेबंदशाही निर्माण झाली, तीच सर्व अनर्थाचे मूळ आहे. उत्पादनाची साधने मूठभर भांडवलदारांच्या मालकीची आहेत. उत्पादन करणाऱ्या मजुराला जो मोबदला वेतनाच्या स्वरूपात मिळतो तो त्याच्या उत्पादनक्षमतेच्या तुलनेत खूप कमी असतो. तो उत्पादित मालाच्या मूल्यावर ठरविलेला नसतो. भांडवरदारांमध्ये असलेल्या स्पर्धेमुळे मूठभर लोकांच्या हातात भांडवल एकवटते.

नफा कमविण्यासाठी उत्पादन होते, तांत्रिक प्रगतीमुळे गरजेपेक्षा जास्त मालाचे उत्पादन होते. मग होते नोकरकपात.

भांडवलशाही व्यवस्थेमुळेच अमर्याद स्पर्धा निर्माण होते. बेरोजगारी वाढते. ह्या सर्व दुरवस्थेवर समाजवादी समाजरचना हा एकच उपाय आहे. उत्पादनाची साधने सर्व समाजाच्या मालकीची असायला हवीत. अशी माझी खात्री पटली आहे.'

अशा या मतप्रदर्शनामुळेच अल्बर्ट आईस्टाईन हे कम्युनिस्ट धार्जिणे आहेत, असा अमेरिकन शासनाचा संशय होता. एफ. बी. आय.ची त्यांच्यावर करडी नरज होती.

१९५० मध्ये NBC टेलिव्हिजनवरील कार्यकमात आइनस्टाइन यांच्या उपस्थितीमुळे वृत्तपत्रांचे जसे त्यांच्याकडे लक्ष वेधले, तसेच एफ.बी.आय.चा निर्देशक जे. एडगर हुबर यानेही, देशातल्या सर्व एफ.बी.आय. अधिकाऱ्यांना आइनस्टाइन यांच्या संबंधातील संशयास्पद माहिती पाठवायला सांगितले. यानंतर थोड्याच दिवसात पुष्कळ माहिती गोळा झाली. आइनस्टाइन यांच्या ज्या संस्थांशी संबंध आला, ज्यांना त्यांनी मदत केली, अशा अनेक संस्थांची नावे ठाऊक झाली; पण अशा संस्थांची नावे जाहीर करण्यामुळे, आइनस्टाइन यांची बदनामी होण्याऐवजी त्या संस्थांनाच इतक्या विद्वान व प्रसिद्ध व्यक्तीशी संबंधित असल्याबद्दल फायदा झाला असता, म्हणून त्यावेळी ती उघड केली नाहीत. आइनस्टाइन यांचे सोव्हिएत हेरांबरोबर संबंध असल्याच्या

वावड्या उठल्या त्याही बिनबुडाच्या ठरल्या. आइनस्टाइनसारख्या जगप्रसिद्ध व्यक्तीवर आरोप ठेवण्यामुळे अमेरिकेचे हसे झाले असते, असा सुज्ञ विचार केला गेला. एफ. बी. आय. नी १९५२ मध्ये स्मिथ कायद्यांतर्गत कम्युनिस्ट पार्टीच्या शंभराहून अधिक अधिकाऱ्यांना तुरुंगात धाडले होते. जगातल्या प्रसिद्ध शास्त्रज्ञाला–आइनस्टाइनना तुरुंगात पाठविणे त्यांना शक्य नव्हते; पण 'ड्यू बॉईस' ह्या जगप्रसिद्ध इतिहासकाराची मात्र दोनच वर्षापूर्वी तुरुंगात रवानगी केली गेली होती. त्यामुळे ते जरी काही करू धजले नसले, तरी अटकेच्या शक्यतेची तलवार आइनस्टाइन यांच्या डोक्यावर सतत लटकत होती. एफ. बी. आय. बरोबरचे हे युद्ध, आइनस्टाइन सर्व सामर्थ्यानिशी लढले व त्यांना त्यात यशही आले.

त्या काळी एफ. बी. आय.चे अधिकारी व सिनेटमधील लोक बुद्धिवंतांच्या मागे हात धुऊन लागले होते. अमेरिकेला सोव्हिएत युनियनच्या असलेल्या तथाकिथित धोक्यापासून, तसेच कम्युनिझमचा प्रसार करण्यासाठी जे लोकांचा बुद्धिभ्रंश करीत आहेत त्यांच्यापासून देशाचे, देशातल्या लोकांचे रक्षण करण्याच्या सबबीवर, ते कुणाही विद्वानाला चौकशीसाठी बोलवित असत. त्यामुळे हे विद्वान भाषण स्वातंत्र्याच्या मूलभूत हक्कापासून वंचित होत होते आणि त्यांची बदनामी केली जात होती. फ्राऊन ग्लास ह्या शिक्षकाला सिनेटच्या सबकमिटी पुढे चौकशीसाठी बोलाविल्याचे आइनस्टाइनना समजले. त्यांनी १६ मे १९५३ ला त्याला पत्र पाठविले. पत्राखाली लिहिले 'हे पत्र 'गोपनीय' असण्याची आवश्यकता नाही.' १२ जून १९५३ च्या टाइम्समध्ये 'Modern Inquisitional Methods' ह्या मथळ्याखाली हे पत्र प्रसिद्ध झाले. त्यात आइनस्टाइनने ही चौकशी करण्याची पद्धत अन्यायकारक असल्याचे सांगून म्हटले आहे, 'महात्मा गांधींनी सविनय कायदेभंगाचा मार्ग स्वीकारला, त्याचप्रमाणे प्रत्येक बुद्धिजीवी व्यक्तीने अशा कमिटीसमोर चौकशीला सामोरे न जाण्याचे ठरवावे. त्यामुळे त्यांना तुरुंगात पाठविले जाण्याचा धोका आहे; पण त्यांनी देशाच्या सामाजिक, सांस्कृतिक स्वास्थ्यासाठी स्वत:च्या वैयक्तिक स्वास्थ्यावर पाणी सोडावे.'

या पत्रामुळे बरीच खळबळ माजली, सरकारी दडपशाहीबद्दल, नाराजीचे सूर उमटले. एफ. बी. आय. अधिकारी खूप चिडले, चरफडले; पण एफ. बी. आय.ला कोणतेच स्पष्टीकरण देता आले नाही.

आइनस्टाइननी प्रस्थापित सरकारच्या विरोधातही मतप्रदर्शन केले. काळ्यांना समान नागरी व राजकीय अधिकार मिळावे ह्याबद्दल आग्रही मत नोंदविले. त्यांच्या मतांमध्येही उदार मानवतावादी दृष्टिकोन होता. 'The World As I See' ह्या लेखात ते

म्हणतात, ‘‘ज्या तत्त्वांनी मला मार्ग दाखविला व आयुष्याची लढाई हसतमुखाने लढण्याचे बळ दिले ती तत्त्वे आहेत, ‘दयाळूपणा, सौंदर्य व सत्य.’ माझ्या मते लोकशाही ही सर्वात आदर्श अशी शासनप्रणाली आहे.’’

एकाधिकारशाहीमध्ये प्रथम एखादा बुद्धिमान गृहस्थ सर्वसत्ताधीश–हुकूमशहा बनतो; पण नंतर त्याची जागा घेतात बदमाश, ठग. म्हणून इटली व रशियामध्ये प्रचलित असलेल्या एकाधिकारशाहीला, लष्करशाहीला माझा विरोध आहे.’’

आइनस्टाइननी प्रस्थापित राजकीय व्यवस्थेवर कोरडे ओढले. युद्धे टाळण्यासाठी राष्ट्राराष्ट्रातील तंटे न्याय्य मार्गाने सोडविण्यासाठी व सर्व राष्ट्रांच्या शांततामय सहजीवनासाठी ते सर्व जगातील राष्ट्रांवर हुकमत चालविणारी अधिसत्ता तयार करणे हे त्यांचे स्वप्न होते. १९२३ मध्ये लिग ऑफ नेशनला मान्यता नाकारून आपल्या जर्मन सेक्रेटरी पदाचा राजीनामा देताना लिहिलेल्या पत्रात त्यांनी हा मनोदय स्पष्ट केला होता व त्यानंतरही वेळोवेळी ह्या मताचा पाठपुरावा केला. त्यांच्या मते, जगाची निरनिराळ्या देशांमध्ये झालेली विभागणी हे राष्ट्राराष्ट्रातील तेढ निर्माण करण्यातील, देशांतील बेबनावातील, तसेच युद्धांचे मुख्य कारण आहे.

सर्व राष्ट्रांनी आपले राजकीय अधिकार विसर्जित करावे; सर्व जगाने एक सर्वसमावेशक महासत्ता बनवावी, तिच्याकडे सर्व शस्त्रास्त्रांच्या निर्मितीचे व मालकीचे अधिकार सुपूर्त करावे आणि राष्ट्राराष्ट्रातील तंटे सोडविण्यासाठी कायदेशीर अधिकार बहाल करावे, तरच युद्धे टळतील. असा त्यांचा दावा होता.

‘विश्वाचे एक राज्य’ हे स्वप्न उराशी बाळगणाऱ्या आइनस्टाइनइतकी व्यापक, विशाल दृष्टी असणारे लोक, जगातल्या प्रत्येक देशाचे नेतृत्व करतील तरच हे स्वप्न सत्यात उतरेल.

❖❖❖

परराष्ट्र धोरण

कोन्डोलीझा राईस

''सेक्रेटरी ऑफ स्टेट ह्या पदावर सन्मानित झालेली पहिली कृष्णवर्णीय युवती. विद्वान, संगीत प्रवीण, क्रीडापटू, बहुभाषिक, रशिया–तज्ज्ञ अशा ह्या प्रभावशाली युवतीने, आपल्या कर्तृत्वाने त्या पदालाच प्रतिष्ठा मिळवून दिली. ''

२० जानेवारी २००९ हा दिवस इतिहासात सुवर्णाक्षराने नोंदविला जाईल कारण ह्या दिवशी 'बराक हुसेन ओबामा' ह्या कृष्णवर्णीय व्यक्तीने, अमेरिकेचा ४४वा राष्ट्राध्यक्ष या नात्याने शपथग्रहण केले.

वर्णद्वेषाविरुद्ध संघर्ष करणाऱ्या पुढाऱ्याने, मार्टीन ल्यूथर किंग (ज्यु.) यांनी आपल्या सुप्रसिद्ध 'आय हॅव ए ड्रीम' या भाषणामध्ये सर्व मानवांच्या समानतेचे जे स्वप्न पाहिले होते, ते सत्यात अवतरले.

ह्या आधीही २६ जानेवारी २००५ या दिवशीही अशीच इतिहासातील अभूतपूर्व घटना घडली. ह्या दिवशी कोन्डोलीझा राईस ह्या कृष्णवर्णीय स्त्रीने, अमेरिकेच्या ६६व्या सेक्रेटरी ऑफ स्टेट या पदाचा स्वीकार केला.

या पदावर नियुक्त झालेली ती पहिली स्त्री नव्हती कारण राष्ट्राध्यक्ष बिल क्लिंटन यांच्या प्रशासनकाळात (१९९७ ते २००१ मध्ये) हे पद मॅडेलीन अलब्राईट ह्या स्त्रीने प्रथम भूषविण्याचा मान पटकाविला होता. बरे हे पद भूषविणारी ती पहिली कृष्णवर्णीय व्यक्तीही नव्हे. कारण तिच्या आधी २००१–२००५ या काळात कॉलीन पॉवेल ह्या कृष्णवर्णीय व्यक्तीने हे पद भूषविले होते; पण 'सेक्रेटरी ऑफ स्टेट' हे पद भूषविणारी कोन्डोलीझा राईस ही पहिली 'कृष्णवर्णीय स्त्री' असल्यामुळेच ही महत्त्वाची ऐतिहासिक घटना होती.

ह्या पदाचा स्वीकार करताना ती म्हणाली, 'अमेरिकेमध्ये समान नागरी हक्कांसाठी ज्या लोकांनी चळवळीमध्ये भाग घेतला, लढा दिला व प्राणांचे बलिदान केले, त्या सर्वांची मी अत्यंत ऋणी आहे. त्यांच्यामुळेच तर मी आज ह्या स्थानापर्यंत पोहोचले आहे.

कोन्डोलीझाचे वडील जॉन राईस प्रकृती अस्वास्थ्यामुळे ह्या कार्यक्रमास प्रत्यक्ष हजर राहू शकले नाहीत. त्यांनी हा कार्यक्रम टेलिव्हिजनवरच पाहिला.

कार्यक्रम पाहत असताना त्यांच्या डोळ्यात आनंदाश्रू साठले. समोरचं चित्र धूसर झालं. मन गतस्मृतीत रेंगाळलं. त्यांना आपल्या प्रिय पत्नीची अँजेलाची प्रकर्षाने आठवण झाली. तिनेच त्यांच्या एकुलत्या एक लाडक्या कन्येचे नाव एका इटालिअन संगीत उपाधीवरून 'कोन्डोलीझा' ठेवले होते. त्यांच्या लाडक्या लेकीने – कोन्डीने त्याचा 'माधुर्य' हा अर्थ सार्थ ठरविला होता. त्यांचे जीवन माधुर्याने ओतप्रोत भरून टाकले होते.

त्यानंतर सहाच दिवसांनी जॉन राईस हे जग सोडून गेले. जणू आधीच स्वर्गात पोहोचलेल्या, त्यांची तिथे वाट पाहणाऱ्या अँजेलाला ही कौतुकाची बातमी स्वतः सांगण्यासाठी त्यांना तिथे लगबगीने पोहोचायचे होते.

कोन्डोलीझाजवळ शिल्लक उरल्या आपल्या महत्त्वाकांक्षी, कर्तृत्ववान आई–वडिलांच्या आठवणी व उज्ज्वल वारसा. त्यांचे आशीर्वाद कायमच तिच्या पाठीशी असणारच होते.

१४ नोव्हेंबर १९५४ला अलाबामा राज्यातील बर्मिंगहॅम या गावी कोन्डोलीझाचा जन्म झाला.

हा काळ होता वांशिक विद्वेषाविरुद्धच्या चळवळीचा. त्या काळी काळ्या लोकांसाठी जाचक, 'जिम-क्रो कायदे' अस्तित्वात होते. काळ्या लोकांना हॉटेल, सिनेमागृहे या ठिकाणी मज्जाव होता. सार्वजनिक ठिकाणी पाणी पिण्यासाठी वेगळे

'वॉटर फाऊंटन (नळ)' होते. काळ्या लोकांना आपल्या गोऱ्या मालकांना नावाने संबोधण्यास परवानगी नव्हती. चौरस्त्यावर रस्ता ओलांडण्यासाठी गोऱ्या वाहनचालकास अग्रक्रम होता.

अलाबामामधील माँटेगामीमध्ये 'रोझा पार्कर' ही कृष्णवर्णीय स्त्री बसमधून प्रवास करीत असता, तिने गोऱ्या माणसांसाठी आपली सीट रिकामी करून देण्यास नकार दिला. ह्या तिच्या वर्तनाबद्दल तिला बसमधून खाली उतरविले. त्यानंतर सर्व कृष्णवर्णीय लोकांनी बसेसवर बहिष्कार टाकला. अत्यंत शांततापूर्वक असहकाराची चळवळ सुरू झाली.

अमेरिकेतील उत्तर कॅरोलिनामधील ग्रीन्सबरो येथील विद्यापीठात काळ्या विद्यार्थ्यांना उपहारगृहामध्ये कॉफी देण्यास नकार दिला. ह्या वर्णद्वेषाविरुद्ध युवकांनी शांततापूर्वक निदर्शने केली.

मार्टिन ल्यूथर किंग (ज्यु.) ह्या कृष्णवर्णीय नेत्याने असहकाराची चळवळ उभारली; पण कोन्डोलीझाच्या आई-वडिलांनी ह्यात भाग घेतला नव्हता. कारण त्यांना आपल्या मुलीला ह्या वातावरणापासून दूर ठेवायचे होते. तिचे भवितव्य धोक्यात घालायचे नव्हते.

त्या काळी व त्यानंतरही कृष्णवर्णीय समाजामधील काही लोकांचे असे मत होते की, 'काळ्या लोकांनी चांगले शिक्षण घ्यावे, आपली पात्रता सिद्ध करावी आणि हाच वांशिक भेदभावांना मूठमाती देण्याचा खरा मार्ग आहे.'

ह्यापैकी काहीजणांनी कृष्णवर्णीय समाजामध्ये प्रबोधन केले, त्यांना दारू, ड्रग्ज, जुगार, अनैतिक व्यवसाय, गुन्हेगारी यापासून दूर राहण्याचा उपदेश केला.

ह्या समाजातील काही गायक, वादक, खेळाडू यांनी आपल्या अंगभूत गुणांनी व कष्टांनी आपली योग्यता सिद्ध केली. मग गोऱ्यांनाही नाईलाजाने का होईना त्यांचे श्रेष्ठत्व मान्यच करावे लागले.

राईस कुटुंबीय संघर्ष करण्याच्या विरुद्ध होते. त्यांनी शिक्षणाची कास धरली.

कोन्डोलीझाचे आजोबा, अलाबामाला खंडाने घेतलेल्या शेतात कापूस पिकवित असत. पैशाची बचत करून त्यांनी ५० मैलावर असलेल्या स्टिलमन कॉलेजमध्ये शिक्षण घेतले. कोन्डोलीझाच्या वडिलांनीही प्राथमिक शाळेत शिक्षक म्हणून नोकरी करता करता कॉलेज शिक्षण घेतले. तिथेच त्यांची 'अँजेला रे' ह्या संगीत शिक्षिकेशी ओळख झाली. प्रेम जमले, लग्न झाले.

जॉन राईस, प्रिसबिटेरीअन चर्चमध्ये मिनिस्टर होते. अँजेला चर्चमध्ये पियानो वाजवीत असे. कोन्डोलीझाच्या जन्मानंतर त्यांनी ठरविले, 'हम दो हमारी एक' आणि तिचे चांगले संगोपन करायचा निर्धार केला. त्या काळी पेटलेल्या वांशिक विद्वेषाच्या झळा आपल्या घरट्यापासून दूर ठेवायचा त्यांचा निर्धार होता.

पण तरीही सभोवतालच्या भीषण परिस्थितीचे पडसाद कोन्डोलीझाच्या कानावर पडतच होते. 'नागरी हक्कांसाठीच्या चळवळी'मधील त्या अराजकसदृश्य परिस्थितीमुळे रेव्हरंड राईसना काळजी वाटत असे. कोन्डोलीझा पियानोवादनाचे धडे घेत असे तेव्हा ते स्वत: बंदूक घेऊन दारासमोर उभे असत, एका सुरक्षा सैनिकाचीही नेमणूक केली होती.

१५ सप्टेंबर १९६३ ला १६व्या रस्त्यावरील बाप्टीस्ट चर्चवर बॉम्ब पडला, त्यात चार लहान मुली मृत्यू पावल्या. हे चर्च जॉनच्या चर्चपासून थोड्याच अंतरावर होते. काळ्या लोकांच्या वस्तीतील चर्चवर बॉम्ब टाकल्यामुळे घबराट पसरली. मृत मुलांमध्ये मॅपनाइर या ११ वर्षांच्या मुलीचा समावेश होता. ही मुलगी कोन्डोलीझाची मैत्रीण होती. त्या एकत्र खेळत असत.

हा प्रसंग घडला तेव्हा कोन्डोलीझा आठ वर्षांची होती. मैत्रिणीच्या मृत्यूने तिचे मन कावरेबावरे झाले. गोळीबाराचे आवाज अधुनमधून कानावर पडत असत; पण तरीही कोन्डोलीझाने पुढे एकदा ह्या अनुभवाबद्दल सांगताना म्हटलंय - 'आम्हा मुलांना आपल्याच काळ्या लोकांच्या वस्तीत राहण्यामुळे दुर्घटना, दहशत यापासून एक सुरक्षित कवच लाभल्यासारखं वाटत असे.'

आयुष्यात पुढे अनेकदा ह्या भेदभावाचे चटके सोसायला लागले. एकदा डिपार्टमेंटल स्टोअरमध्ये कपड्याची ट्रायल घेण्यासाठी नेहमीच्या ड्रेसिंगरूममध्ये जाऊ दिले नाही. स्टोअरेज-रूममध्ये-गोदामामध्ये जाऊन कपडे कसे होतात ते पाहावे लागले. सर्कस, सार्वजनिक मनोरंजनाचे उद्यान अशा ठिकाणी प्रवेश नाकारला, हॉटेलमध्ये खराब जेवण दिले. अशा अनेक घटनांनीही तिच्या मनात कडवटपणा आला नाही, कारण तिच्या आई-वडिलांनी तिला शिकविले होते, 'आपण ताठ मनाने चालायचे. गोऱ्या लोकांपेक्षा दुप्पट चांगले व्हायचे. या भेदभावाच्या दुष्ट पद्धतींवर हाच खरा तोडगा आहे.'

१९६७ मध्ये जॉनने मास्टर्सची पदवी संपादन केली व त्यांना डेनव्हर विद्यापीठात प्रोफेसर म्हणून नोकरी मिळाली. ते सर्व डेनव्हरला गेले. तिथे गेल्यावर कोन्डोलीझाला प्रथमच काळ्या-गोऱ्या मिश्र समाजाचे दर्शन झाले.

कोन्डोलीझाने 'सेंट मेरीज अॅकॅडमी' ह्या चेरी हिल्स व्हिलेज कोलाराडो, या कॅथलिक हायस्कूलमध्ये प्रवेश घेतला. ह्या शाळेत काळे-गोरे अशा दोन्ही समाजाच्या मुली शिकत होत्या. तिच्या आई-वडिलांची देवावर नितान्त श्रद्धा होते. शिक्षणाबद्दल प्रेम होते. कोन्डोलीझाला ते लाडाने 'कोंडी' म्हणत असत.

ते नेहमी सांगत, 'तुला झटून अभ्यास करायला हवा. आपली पात्रता सिद्ध करण्यासाठी तुला गोऱ्या मुलांपेक्षा गुणवत्तेमध्ये दुप्पट सरस वरचढ असायला हवं.'

कोन्डोलीझा सेंट मेरीज अॅकॅडमीमधून १९७० मध्ये पदवीधर झली. १९७४ला वयाच्या १९व्या वर्षी डेनव्हर युनिव्हर्सिटीमधून तिने 'पॉलिटिकल सायन्स' विषयात विशेष प्राविण्यासह बी.ए. ही पदवी प्राप्त केली.

कोन्डीची आई, आजी संगीत शिक्षिका होत्या. तिला त्यामुळे संगीताची उपजतच जाण होती. आईकडून तिने संगीताचे धडे घेतले. कोन्डी फक्त ६ वर्षांचीच होती तेव्हा तिने पियानो वादनात आईला साथ केली होती. वयाच्या १५व्या वर्षीच ती डेनव्हर सिम्फनीमध्ये 'मोझार्ट' वाजवित असे. तिने अस्पन म्युझिक स्कूलमध्ये संगीताचे शिक्षण घेतले होते. संगीत हा तिचा विरंगुळा होता.

ती वॉशिंग्टनमध्ये नेहमीच पियानो वादनाचे कार्यक्रम करीत असते.

पुढे एप्रिल २००२ मध्ये 'नॅशनल अॅवॉर्ड्स' प्रदान करण्याच्या कार्यक्रमाच्या वेळी 'कॉन्सिट्यूशन हॉलमध्ये', तिने पियानोची साथ दिली होती. तसेच काही राजकीय गणमान्य व्यक्तींसाठी आयोजित केलेल्या कार्यक्रमांमध्ये पियानोवादन केले. एवढेच नव्हे तर, एलिझाबेथच्या स्वागताप्रीत्यर्थ आयोजित केलेल्या कार्यक्रमात पियानोवादनाचा मान तिला मिळाला होता.

कोन्डीच्या जडणघडणीमध्ये तिच्या वडिलांचाही फार मोठा वाटा होता. बाप-लेकीमध्ये अत्यंत जवळीक होती. वेगवेगळ्या विषयांवर त्यांच्या चर्चा होत. आई-वडिलांनी तिच्यावर मुलगी म्हणून कोणतीच बंधने घातली नव्हती.

तिचे वडील उत्तम फुटबॉल खेळाडू व या खेळाचे शिक्षकही होते. घराच्या परसदारी वडिलांबरोबर कोन्डी फुटबॉल खेळत असते. ते कोन्डीला फुटबॉल मॅचेस पाहायला घेऊन जात. खेळाबद्दल चर्चा करीत. त्यामुळेच कोन्डीला या खेळाबद्दल विशेष रुची आहे.

'फ्रँक रायन' हा कृष्णवर्णीय १९६४चा सॉकर चॅम्पियन म्हणून घोषित झाला. त्याने गणित या विषयात डॉक्टरेटही मिळविली होती. खेळ व अभ्यास दोन्हीमध्ये त्याने प्रावीण्य मिळविले होते. त्यामुळे कोन्डीला तो विशेष आवडत असे.

१९७५ मध्ये कोन्डीलीजने 'नोट्रे डेम' या विद्यापीठामधून राज्यशास्त्र या विषयात 'मास्टर्स' ही पदवी संपादन केली. १९७७ मध्ये कार्टर हे राष्ट्राध्यक्ष असताना तिने 'ब्युरो ऑफ एज्युकेशन अँड कल्चरल अफेअर्स'मध्ये शिकाऊ म्हणून काम केले.

ती डेनव्हरला परतली व डेनव्हर विद्यापीठांमध्ये 'डॉ. जोसेफ कोब्रेल स्कूल ऑफ इंटरनॅशनल स्टडीज'मध्ये डॉक्टरेटच्या अभ्यासास सुरुवात केली. तिचे गाईड होते 'डॉ. कोब्रेल.' ते राजदूत होते. दुसऱ्या महायुद्धाच्या काळात त्यांना झेकोस्लाव्हाकीयामधून 'निष्कासित' करण्यात आले होते. कोन्डोलीझाच्या जीवनावर त्यांचा पुष्कळ प्रभाव होता. क्लिंटन प्रशासनामध्ये 'सेक्रेटरी ऑफ स्टेट' हे पद भूषविणारी मॅडेलीन ॲल ब्राईट ही कोब्रेल ह्यांची मुलगी. तिची व कोन्डेलीझाची चांगली मैत्री होती. 'कम्पॅरिटिव्ह मिलिटरी रेजिम्स इन्फ्ल्युअन्सेस ऑन सोसायटीज अँड पब्लिक लाईफ' हा तिच्या अभ्यासाचा विषय होता.

१४ ऑगस्ट १९८१ ला कोन्डोलीझाला 'डॉक्टरेट' ही पदवी प्रदान करण्यात आली. तेव्हा तिचे वय होते २६ वर्षे. १९८२ मध्ये जॉन राईसना डेनव्हरच्या 'कला व विज्ञान' कॉलेजचे असोसिएटेड डीन म्हणून पदोन्नती मिळाली.

आईने, अँजेलानेही 'शिक्षण' विषयात डेनव्हर विद्यापीठाची 'मास्टर्स' पदवी संपादन केली. असे हे उच्च विद्याविभूषित, आगळेवेगळे कृष्णवर्णीय कुटुंब होते.

कोन्डोलीझाला स्टॅनफर्ड विद्यापीठामध्ये पॉलिटिकल सायन्स या विषयाची असिस्टंट प्रोफेसर म्हणून नोकरी मिळाली. कोणतेही काम करायचे ते उच्च प्रतीचे व्हायला हवे, ही इर्षा बाळगायची अशी घरून शिकवण होती. कोन्डोलीझाला शिकवायला आवडायचेही. १९८४ मध्ये तिला 'वॉल्टर इ गोर' पुरस्कृत 'उत्कृष्ट शिक्षक' हा किताब देऊन गौरविण्यात आले.

१९८४ मध्ये तिने 'द सोव्हिएट युनियन व झेकोस्लाव्हकीअन आर्मी' हे पहिले पुस्तक लिहिले. या पुस्तकासाठी तिला डॉ. क्रोब्रेल यांनी खूप मदत केली. तिने हे पुस्तक त्यांनाच अर्पण केले आहे.

१९८७ मध्ये तिला 'असोसिएट प्रोफेसर' अशी पदोन्नती मिळाली. १९९३ पर्यंत ती ह्या पदावर काम करीत होती.

सोव्हिएट युनियन हा तिचा अभ्यासाचा प्रमुख विषय होता. १९८६ मध्ये तिने सह-संपादनही केलेले 'द गोर्बाचेव्ह एरा इन १९८६' हे पुस्तक खूपच गाजले.

१९८७ मध्ये स्टॅनफर्ड विद्यापीठाने तिला उत्कृष्ट अध्यापनाबद्दल 'द डिन्स मेडल ॲवॉर्ड' देऊन गौरविले. त्यावेळी कोन्डोलीझाची आई कर्करोगाने आजारी होती. १९८७ मध्येच ती ख्रिस्तवासी झाली.

पूर्व व पश्चिम जर्मनीच्या एकीकरणामुळे, युरोपमध्ये कोणता बदल झाला, ह्या गोष्टीचा ऊहापोह करणारे 'जर्मनी युनिफाईड अँड युरोप ट्रान्सफर्ड' हे तिचे पुस्तक प्रसिद्ध झाले. राजकीय इतिहासाच्या अभ्यासकांनी कोन्डोलीझाच्या पुस्तकाची मुक्तकंठाने प्रशंसा केली आहे.

कोन्डोलीझाने एके ठिकाणी म्हटलंय, 'अमेरिका हा असा देश आहे, जिथे शिक्षण व परिश्रम यांच्या जोरावर तुम्ही काहीही साध्य करू शकता. तुम्ही कुठून आला आहात हे महत्त्वाचे नसून तुम्ही कोठे पोहोचू इच्छिता हेच तिथे महत्त्वाचे ठरते.'

हे तिच्या स्वत:च्या बाबतीत मात्र नक्कीच खरे आहे.

सोव्हिएट युनियनबद्दल कोन्डोलीझा 'बर्कले व स्टॅनफर्ड' यांच्या संयुक्त प्रोग्रॅममध्ये भाषणे देत असे. सुस्पष्ट मते, ठोस विधाने, माहितीपूर्ण व अभ्यासपूर्वक विवेचन ह्या वैशिष्ट्यामुळे ही भाषणे श्रोत्यांना प्रभावित करीत.

१९८५ मध्ये या विषयावर तज्ज्ञांची परिषद झाली. 'बेंट स्कॉबक्राफ्ट' या परिषदेस हजर होते. कोन्डोलीझाच्या अभ्यासपूर्ण भाषणामुळे ते खूप प्रभावित झाले. त्यांनी पूर्वी जिराल्ड फोर्ड राष्ट्राध्यक्ष असताना 'नॅशनल सिक्युरिटी ॲडव्हायझर' हे पद भूषविले होते. जॉर्ज बुश (पहिले) राष्ट्राध्यक्ष म्हणून नियुक्त झाले तेव्हा १९८९ मध्ये बेंट पुन्हा 'नॅशनल सिक्युरिटी ॲडव्हायझर' म्हणून नियुक्त झाले. त्यांनी कोन्डोलीझा राईसला नॅशनल सिक्युरिटी काऊन्सिलमध्ये 'सोव्हिएट एक्सपर्ट' म्हणून काम करण्यासंबंधी विचारले.

१९८९ मध्ये कोन्डोलीझाने ही नोकरी स्वीकारली. राजकीय समीक्षकांच्या दृष्टीने हा महत्त्वाचा काळ होता. सोव्हिएट रशियाचे विभाजन व शीतयुद्धाची समाप्ती या महत्त्वाच्या घटना घडल्या.

१९९० मध्ये तिला एक वर्षाची फेलोशिप मिळाली. परराष्ट्रीय संबंधावर विशेष अध्ययन करण्यासाठी ही शिष्यवृत्ती होती. तिला निरनिराळ्या देशांना भेटी देण्याचीही संधी मिळाली, रशियाला भेट देता आली. कोन्डोलीझाला रशियन भाषा अवगत असल्यामुळे रशियाच्या सामाजिक परिस्थितीचा जवळून अभ्यास करता आला. असा हा स्वानुभव रुंदावणारा व व्यक्तिमत्त्वाला उंची देणारा एक वर्षाचा दौरा आटोपून कोन्डोलीझा १९९१ ला स्टॅनफर्डला परतली.

१९९३ मध्ये तिची स्टॅनफर्ड विद्यापीठात Provost - Chief Budget & Academic Officer म्हणून नेमणूक झाली. हे पद भूषविणारी ती पहिली महिला, पहिली अल्पसंख्यांक व तोपर्यंतची सर्वात कमी वयाची Provost होय. प्रोव्होस्ट या

नात्याने कोन्डोलीझाने उत्तम योगदान दिले. युनिव्हर्सिटीला २० लक्ष दशलक्ष डॉलर्स तोटा झाला होता. राईसने उत्तम नियोजन करून तोटा भरून काढला. दोन वर्षांतच विद्यापीठाची आर्थिक स्थिती सुधारली व १४.५ दशलक्ष डॉलर्स इतकी शिल्लक जमा झाली.

जॉर्ज बुश (पहिले) ह्यांच्या कुटुंबाबरोबर कोन्डोलीझाचे मैत्रीपूर्ण संबंध होते. त्यामुळेच जॉर्ज बुश (ज्यू) यांच्या राष्ट्राध्यक्षपदाच्या निवडणुकीमध्ये कोन्डोलीझाने सक्रिय भाग घेतला. परराष्ट्र नीतीसंबंधी सल्लागार म्हणून योगदान दिले. जॉर्ज बुश (ज्यू) विजयी झाले. पिता-पुत्र ह्या दोघांनी राष्ट्राध्यक्षपद भूषविण्याची ही इतिहासातील दुसरी घटना होती. त्या आधी जॉन ॲडम व जॉन क्विन्से ॲडम या पितापुत्रांनी राष्ट्राध्यक्ष म्हणून योगदान दिले होते. जॉर्ज बुश यांनी राष्ट्राध्यक्षपद स्वीकारताच कोन्डोलीझा राईसला 'नॅशनल सिक्युरिटी' ॲडव्हायझर नेमले. (२००१ मध्ये)

कोन्डोलीझाच्या बुद्धिमत्तेमुळे, सचोटीमुळे जॉर्ज बुश प्रभावित झाले होतेच; पण त्या दोघांमध्ये मैत्रीपूर्ण संबंध होते. फुटबॉल खेळाची आवड हाही मैत्रीतला एक समान धागा होता.

कोन्डोलीझा नुसतीच हुशार, अभ्यासू नाही तिचे व्यक्तिमत्त्व बहुरंगी आहे. तिला संगीताची उत्तम जाण आहे. स्टॅनफर्ड विद्यापीठात तिने अनेकदा संगीताचे, पियानो वादनाचे कार्यक्रम केले आहेत. ती एक मनमिळाऊ प्रेमळ व्यक्ती आहे. तिला अनेक मित्र आहेत. तिला स्वयंपाक करायला विशेषत: दाक्षिणात्य अमेरिकन पद्धतीचे जेवण बनवायला आवडते.

'सेक्रेटरी ऑफ स्टेट' या पदावर नियुक्ती झाल्यावर तिचे अभिनंदन करताना कॉलीन पॉवेल म्हणाले होते, 'मला ती मुलीसारखीच आहे. अमेरिकन समाजातील वर्णद्वेष, गुलामगिरी, अन्याय याविरुद्ध काळ्या लोकांनी मार्टिन ल्यूथर किंग (ज्यू) यांच्या नेतृत्वाखाली लढा दिला, हा काही खूप जुना इतिहास नव्हे; पण अमेरिकन समाजाने 'सर्वजण एकाच परमेश्वराची लेकरे आहेत', हा ख्रिस्ताचा संदेश स्वीकारून वर्णभेद गाडून टाकला, समान नागरी कायदा लागू झाला. शिक्षणाची, प्रगतीची दारे सर्वांसाठी खुली झाली. ह्याचाच हा सुखद परिणाम आहे.

कोन्डोलीझा राईसने सेक्रेटरी ऑफ स्टेट या नात्याने लोकशाही सरकारांची व्याप्ती वाढविण्याचे प्रयत्न केले. अनेक राज्यांना भेटी दिल्या. एकूण १६,२०,३६२ कि.मी.चा परदेश प्रवास करताना ८३ देशांना भेटी दिल्या.

टाईम मॅगेझिनकडून १०० प्रभावशाली व्यक्तींची यादी प्रसृत केली जाते. त्यात २००५ ते २००९ या वर्षांत तिचा चार वेळा समावेश केला होता.

फोर्बस मासिकानेही २००४ व २००५ मध्ये तिचा जगातील सर्वात प्रभावशाली स्त्री म्हणून गौरव केला होता.

कोन्डोलीझाने 'सेक्रेटरी ऑफ स्टेट' या पदाच्या प्रतिष्ठेला शोभेलसे कर्तृत्व दाखविले हे नक्की.

लेखकाची भ्रमंती

सर रिचर्ड फ्रान्सिस बर्टन
(१८२१-१८९०)

'रिचर्ड बर्टन' ह्या नावाभोवती फार मोठ्ठं वलय आहे ! वयाच्या १९व्या वर्षी ईस्ट इंडिया कंपनीच्या सैन्यदलात दिवसाला ६ पेन्सवर भरती झालेला हा तरुण ४० भाषा आणि अनेक बोलीभाषांवर प्रभुत्व मिळवतो. खोल्या भरतील एवढं वाङ्मय रचतो. 'अरेबियन नाईट्स', 'कामसूत्रा'सारखी इतर भाषांतील अद्वितीय पुस्तकं त्याच्यामुळे जगासमोर आली. सुन्ता करवून हा मक्का-मदिना गाठतो ! प्रवास, प्रवास म्हणजे किती प्रवास, सर्वच अगाध !!''

देशविदेशातील भटकंतीचा, अफाट वाचनाचा, जनसंपर्काचा उपयोग करून निर्माण केलेल्या अजरामर साहित्यकृतींमुळे ज्यांनी या जगाला अनमोल खजिना मिळवून दिलाय, अशी एक आगळी-वेगळी व्यक्ती म्हणजे रिचर्ड फ्रान्सिस बर्टन होय.

रिचर्ड बर्टन यांचा कार्यकाळ इतिहासात 'व्हिक्टोरिया काळ'- पुनर्जीवनाचा काळ म्हणून ओळखला जातो. इंग्रजी साहित्याच्या दृष्टीने हा नवनिर्मितीचा काळ होता.

१८२१ मध्ये एका ब्रिटिश लष्करी अधिकाऱ्याच्या घरी जन्मलेल्या रिचर्डला लहानपणीच इटली, फ्रान्स या व इतर युरोपिअन देशात प्रवास करण्याची

संधी मिळाली, त्या त्या देशातील भाषा आत्मसात करण्याची गोडी लागली. त्यांचे फ्रेंच, इटालियन, लॅटीन भाषेवर प्रभुत्व होते. भाषा शिकण्याच्या ओढीने, त्यांनी एका रोजा नावाच्या जिप्सी बाईशीही मैत्री जोडली होती.

१९ नोव्हेंबर १८४० मध्ये ऑक्सफर्डच्या ट्रिनिटी कॉलेजमधून रिचर्ड मॅट्रिक परीक्षा उत्तीर्ण झाले. १८४२ मध्ये कॉलेजचे शिक्षण अर्ध्यावर सोडून ते ईस्ट इंडिया कंपनीच्या सैन्यदलात भरती झाले. ह्याबद्दल त्यांनी मित्राला सांगितले, 'दिवसाला ६ पेन्स पगार हातावर टेकवून, गोळ्यांनी उडवून देण्याच्या लायकीचाच मी असल्यामुळे त्यांनी मला नोकरीवर ठेवून घेतले.' आपणाला अफगाण युद्धावर पाठवतील असे त्यांना वाटत होते; पण ते हिंदुस्थानात येण्यापूर्वीच युद्ध संपले होते.

बॉम्बे नेटिव्ह इनफन्ट्रीमध्ये जनरल चार्लस नेपिअर यांच्या हाताखाली काम करण्यासाठी ते गुजरातमध्ये दाखल झाले. हिंदुस्थानात नोकरी करत असताना त्यांनी हिंदी, गुजराती, पंजाबी, मराठी तसेच पर्शियन व अरेबियन भाषांवर प्रभुत्व संपादन केले. भारतीय धर्म, चालीरीती, बोलीभाषा, पेहराव याबद्दल त्यांना खूप आत्मीयता व उत्सुकता होती. ते जिथे जातील तिथल्या लोकात मिसळत असत. त्यांच्या हिंदू गुरूने त्यांना सांगितले, 'काही नियमांचे काटेकोर पालन केलेत तर मी जानवे घालण्याचीही परवानगी देईन.'

त्यांची सिंध प्रांतात 'सर्व्हे' करण्याच्या कामावर नेमणूक झाली, तेव्हा त्यांनी मोजमाप करण्याची उपकरणे कशी वापरायची हे शिकून घेतले आणि त्याचा उर्वरित आयुष्यात खूप उपयोग झाला. इथे असताना त्यांनी बेमालूम वेषांतर करून 'मिर्झा अब्दुला' या नावाने कराचीमधील कुंटणखान्याला भेट दिली होती. १८४९ मध्ये ते सुट्टी घेऊन युरोपला परतले. १८५० मध्ये त्यांनी गोवा प्रदेशाची माहिती सांगणारे 'Goa and the blue mountain' हे आपले पहिले पुस्तक लिहिले.

हिंदुस्थानात बऱ्याच काळापर्यंत वास्तव्य केल्यामुळे रिचर्डना मुस्लिम चालीरीतींबद्दल अगदी बारीकसारीक बारकाव्यांसह माहिती होती. त्यांनी बोलीभाषा उत्तम प्रकारे आत्मसात केली होती. त्यामुळेच ते बेमालूम वेषांतर करून मुस्लिम समाजात वावरत व अनेकांच्या डोळ्यात धूळ फेकत असत. ह्या यशस्वी प्रयत्नानंतर त्यांनी ठरविले वेषांतर करून हजयात्रेकरूमध्ये मिसळून जायचे व त्यांच्याबरोबर हजयात्रा करायची. विचार पक्का होताच त्यांनी 'सुंता'ही करवून घेतली.

अशा प्रकारे हजयात्रा करणारे ते पहिले मुस्लिमेतर हजयात्रेकरू मात्र नव्हते. याआधी १५०३ मध्ये ल्युडोव्हिको दी बारथेम या मुस्लिमेतराने हे साहस पार पाडले

होते; पण आपल्या हजयात्रेसंबंधी अगदी लहानसहान बारकाव्यांसह माहितीपूर्ण वर्णन करणारे पुस्तक लिहिणारा रिचर्ड हा पहिलाच हजयात्रेकरू होय. तोही मुस्लिमेतर यात्रेकरू!

हा प्रवास बराच खडतर होता. काही वेळा तर यात्रेकरूंच्या काफिल्यावर दरोडेखोरांनी हल्ला केला.

१८५३ मध्ये हजयात्रेच्या समाप्तीनंतर इतर यात्रेकरूंबरोबर रिचर्डनाही 'हाजी' हा किताब व हिरवा फेटा मिळाला. १८५५ मध्ये त्यांनी 'ए पर्सनल नॅरेशन ऑफ अ पिल्ग्रिमेज टू अल-मदिना अँड मक्का' हे पुस्तक लिहिले. रिचर्डनी केलेली हजयात्रा व त्यासंबंधी लिहिलेले पुस्तक यामुळे त्यांना बरीच प्रसिद्धी मिळाली.

१८५४ मध्ये रॉयल जिऑग्राफिकल सोसायटीने आफ्रिका खंडातील सोमालिया देशाच्या अंतर्गत भागाचा शोध घेण्यासाठी एक 'शोधमोहीम' राबवायचे ठरविले. रिचर्डना ह्या मोहिमेत भाग घेण्यासंबंधी विचारले. ह्या प्रदेशात मोठी सरोवरे असल्याची माहिती अरब प्रवाश्यांकडून समजल्यामुळे रिचर्डनाही इथे भेट देण्याची उत्सुकता होती. त्यांनी सहमती दिली. ब्रिटिश ईस्ट इंडिया कंपनीच्या संचालकांनी रिचर्डना परवानगी दिली.

मोहिमेच्या पहिल्या टप्प्यामध्ये रिचर्ड हरार (आत्ताचा इथोपिया) येथे पोहोचले. ह्या ठिकाणी पोहोचलेले ते पहिलेच युरोपियन होते. त्यांनी तिथल्या सुलतानाची भेट घेतली. त्यांनी त्याला १० दिवसापर्यंत ठेऊन घेतले. अतिथी म्हणून बडदास्त ठेवली. परतीचा प्रवास फारच त्रासाचा होता. रिचर्डनी यासंबंधी लिहिलंय, 'मी वाळवंटातील पक्ष्यांच्या हालचालीचा मागोवा घेतला, त्यामुळे मला पाण्याचा साठा कुठे आहे ते समजले. नाहीतर मी तहानेने तडफडून मेलोच असतो.'

एकदा अंदाजे वीस जणांच्या सोमाली रानटी टोळीने त्यांच्यावर हल्ला केला. त्यांच्याशी झालेल्या झटापटीत त्यांच्या बरोबरचा अधिकारी लेफ्टनंट स्ट्रायमन मारला गेला तर दुसरा अधिकारी जबर जखमी झाला. शत्रूसैन्याने रिचर्डवर भाल्याने वार केला, चेहऱ्यावर जखम झाली; पण तशा अवस्थेत पळून जाण्यात ते यशस्वी झाले. ह्या मोहिमेची आठवण म्हणून चेहऱ्यावरचा व्रण त्यांना जन्मभर बाळगायला लागला. त्यांच्या तसबिरीत, फोटोतही हा व्रण स्पष्ट दिसतो.

ही मोहीम अयशस्वी ठरली, तरी त्यांनी १८५६ मध्ये लिहिलेले 'फर्स्ट फूट स्टेप्स इन ईस्ट आफ्रिका' हे पुस्तक पुढील प्रवाशांसाठी उत्तम मार्गदर्शक ठरले.

१८५६ मध्ये रॉयल जिऑग्राफिकल सोसायटीने मध्य आफ्रिकेच्या दुसऱ्या शोध सफरीचे आयोजन केले. कॅप्टन स्पॅकबरोबरच्या या शोध सफरीवर नाईल नदीचा उगम शोधण्यासाठी निघण्यापूर्वी इझाबेलाशी आपले लग्न ठरल्याचे रिचर्डनी घोषित केले.

२७ जून १८५७ मध्ये या शोधयात्रेस प्रारंभ झाला. आफ्रिकेच्या पूर्व किनाऱ्यालगतच्या प्रदेशातून प्रवासास आरंभ करून पश्चिमेकडे असणाऱ्या सरोवरांपर्यंत पोहोचायचा प्रवास निश्चित केला होता. ह्या प्रवासात, त्या प्रदेशामध्ये व्यापार उदीम करणाऱ्या ओमानी अरब लोकांनी पुष्कळ मदत केली. त्यांच्या काफिल्याबरोबर प्रशिक्षित वाटाडे, मजूर होते. त्यामुळे प्रवासामध्ये फारसे व्यत्यय आले नाहीत; पण प्रखर उष्णतेची त्या दोघांना सवय नसल्यामुळे ते प्रवासात आजारी पडले.

फेब्रुवारी १८५८ ला ते टांगानिका सरोवराजवळ पोहोचले. समोर दिसणारे विस्तीर्ण सरोवर, गात्रांना सुखावणारा गार वारा, अवर्णनीय सृष्टीसौंदर्य पाहून रिचर्डना फार आनंद झाला. साऱ्या प्रवासाचे, कष्टाचे सार्थक झाल्यासारखे वाटले.

त्यांच्याबरोबर असलेल्या कॅप्टन स्पॅकला मात्र हे नेत्रसुख अनुभविता आले नाही. ते आजारी होते, आजारपणामुळे थोडा काळ डोळ्यांना अंधत्व आले होते. टांगानिका सरोवराला भेट देणारे रिचर्ड हे पहिलेच युरोपिअन – हे सरोवर पाहण्याचा आनंद उपभोगणारेही पहिलेच युरोपियन होत.

१८६० मध्ये लिहिलेल्या 'लेक रिजन्स ऑफ इक्वेटोरियल आफ्रिका' ह्या पुस्तकात ह्या प्रवासाचे वर्णन आहे.

आफ्रिकेमधून परतल्यावर रिचर्डनी इझाबेलाशी १८६१ मध्ये लग्न केले. १८६९ मध्ये दमास्कासमध्ये परराष्ट्रीय वकील म्हणून त्यांची नेमणूक झाली. इथे रिचर्ड व इझाबेला ह्यांचा काळ मजेत गेला. 'जेन डिग्बी' ह्या १९व्या शतकातील अत्यंत सुंदर, धाडसी, हुशार स्त्रीशी त्यांचा परिचय झाला, तोही ह्याच सुमारास. अनेक प्रख्यात पुरुषांबरोबर तिचे नाव जोडले जाई. ती एक प्रतिभासंपन्न चित्रकारही होती.

१८७१ मध्ये त्यांची ट्रिएस्टा (ऑस्ट्रिया, हंगेरीचा भाग) येथे बदली झाली. इथे त्यांनी पुष्कळ पुस्तके लिहिली.

त्याआधी १८६३ मध्ये त्यांनी व डॉ. जेम्स हंट यांनी 'अॅन्थ्रापोलॉजिकल सोसायटी ऑफ लंडन'ची स्थापना केली.

रिचर्ड ह्यांची भाषांविषयी आत्मीयता त्यांना अवगत असलेल्या ४० भाषा व अनेक बोलीभाषांमुळे प्रगट होते. आपल्या साऱ्या प्रवासाचा, त्या प्रदेशातून बोलल्या

जाणाऱ्या भाषेवरील प्रभुत्वाचा, त्या त्या प्रदेशातील उत्कृष्ट वाङ्मयाच्या वाचनाचा, रिचर्ड यांनी फार चांगला उपयोग करून अनेक पुस्तके लिहिली. त्यातील गाजलेल्या ५० पुस्तकांमध्ये सिरीया, अरबस्तान, पॅलेस्टाईन, इजिप्त बरोबर भारतातील भ्रमंतीबद्दलची प्रवासवर्णने, भाषांतरेही आहेत.

यातील सर्वात महत्त्वाचे पुस्तक 'अरेबियन नाईट्स.' पारंपरिक अरबी कथांवर आधारित असलेल्या या अद्‍भुत कथांची अरबेतर जगाला पहिली ओळख करून दिली रिचर्डनी. ह्या कथांनी जगभराच्या आबालवृद्धांची मने जिंकली, जगातील अनेक भाषांमध्ये त्यांची भाषांतरे झाली.

वात्सायनाच्या 'कामसूत्र' या ग्रंथाचे पहिले भाषांतर रिचर्डनी केले. 'द बुक ऑफ स्वोर्डस्', 'विक्रम व वेताळ', 'द परफ्यूम्ड गार्डन ऑफ शाख्यनेफझाल' ही पुस्तकेही प्रसिद्ध आहेत. ५ फेब्रुवारी १८६३ मध्ये त्यांनी केलेल्या अलौकिक कामगिरीबद्दल त्यांना राणी व्हिक्टोरियाकडून 'Knight hood' ही पदवी बहाल करून गौरविण्यात आले. रिचर्ड बर्टन ह्यानी १८९० मध्ये इहलोकीची यात्रा संपवून परलोकाच्या प्रवासासाठी प्रस्थान ठेवले.

❖❖❖

ओसाड वाळवंटातील चमत्कार

वारीस

''प्रत्यक्ष सिंहीण जिला
न्याहाळण्यातच गुंग झाली आणि
नखही न लावता निघून गेली, तिचे
ह्या जगावर अनंत उपकार आहेत.
त्यामुळेच आफ्रिकेच्या
वाळवंटातील हे फुल – वारीस –
सर्वोत्कृष्ट सुपर मॉडेल हाती आलं
आणि तिची तळमळ आहे,
'आफ्रिकेतील स्त्रियांवर लादल्या
गेलेल्या जीवघेण्या, बिभत्स
शस्त्रक्रिया' बंद करण्याची. ''

'वारीस' हे फूल, हा आफ्रिकेच्या ओसाड वाळवंटातील एक अद्भुत नैसर्गिक चमत्कार आहे. या मैलोन मैल पसरलेल्या विस्तीर्ण वाळवंटामध्ये काहीच उगवत नाही. आफ्रिकेतील सोमालिया या प्रदेशात कित्येक वर्षे पाऊसच पडत नाही; पण जेव्हा कधी थोडाफार पाऊस पडतो, त्यानंतर मात्र दुसऱ्या तिसऱ्या दिवशी सोनेरी-केशरी रंगाची फुले रेताड जमिनीतून डोके वर काढतात. वाटते जसे काही धरणीमातेने सोनेरी शेलाच पांघरलाय. वाळवंटातल्या दुर्मीळ अशा या फुलांचे नाव आहे 'वारीस.'

आयुष्याच्या रुक्ष वाळवंटात केवळ दैवाने साथ दिल्यामुळे, अनेक विपरीत

संकटांना यशस्वीपणे तोंड देत जगलेल्या, बहरलेल्या, 'सुपर मॉडेल - वारीस डिरी' हिची जीवनकहाणी ही एक चित्तथरारक, मनोवेधक, अविश्वसनीय वाटावी इतकी सुरस, सत्य कथा आहे.

तिचा जन्म आफ्रिकेतील सोमालिया देशातील अत्यंत दुर्गम भागातल्या मेंढपाळ कुटुंबातील. उंट, बकऱ्या, मेंढ्या असा मोठा काबीला घेऊन भटकणारे हे लोक. ह्यांचा दिवस सूर्याभोवती फिरे. उजाडल्यावर दिवस सुरू होई, पाण्याच्या सोयीनुसार एखाद्या ठिकाणी मुक्काम पडे, ६-७ लाकडे ठोकून, त्यावर गवताची चटई अंथरून झोपडी तयार व्हायची, घराला भिंती नसायच्याच. त्यामुळे डेरा हलवायलाही फारसा वेळ लागायचा नाही. घरात दूध ठेवण्यासाठी जागा असे. बाकी सगळेच व्यवहार घराबाहेरच्या वाळवंटावरच होत असत. रात्री झोपायला चटई असेल तर त्यावर, नाहीतर जमिनीवरच झोपत असत.

उंटीणीचे दूध हाच जेवणातील मुख्य पदार्थ. पाण्याची गरज भागवायलाही उंटाचाच उपयोग होई. शेळ्या-मेंढ्यांचे दूध चरितार्थ चालवायला मदत करी. त्याच्या बदल्यात इतर जीवनावश्यक वस्तू घेता येत.

म्हणूनच सूर्य उगवताच उठल्यावर पहिले काम असायचे शेळ्या, मेंढ्या, उंटांचे दूध काढायचे. डेरा हलला की नव्या मुक्कामाच्या ठिकाणी पहिले काम असायचे या प्राण्यांसाठी बंदिस्त जागा करायचे. जंगलात या सावजांवर दबा धरून बसलेले अनेक प्राणी असत. डोळ्यात तेल घालून गुरांचे रक्षण करायला लागे.

वारीसची आई मोगाडीशू शहरातील उच्च व श्रीमंत घरातील मुलगी होती. ती वर्णाने काळी; पण सुंदर होती. जशी काही काळ्या संगमरवरातून घडवलेली मूर्तीच! ती शांत स्वभावाची होती. मुलांबरोबर खूप गप्पा मारायची, गाणी म्हणायची.

वडील उंच व हडकुळ्या देहयष्टीचे; पण काटक होते. आईपेक्षा ते वर्णाने उजळ होते. ते भटक्या धनगर समाजातले होते. त्यामुळेच त्यांच्या लग्नाला घरून विरोध होता; पण त्यांनी पळून जाऊन लग्न केलं होतं.

या भटक्या मेंढपाळ कुटुंबामध्ये स्त्रियांना खूप काम करावं लागतं. घरात वारीस सर्वात लहान होती; पण सकाळ होताच ती गुरांना कुरणावर चरायला घेऊन जात असे. सोमालियातील सर्व कुरणे सर्वांसाठी उपलब्ध होती. त्यावर कुणा एकाची मालकी नव्हती. त्यामुळे इतरांच्या आधी गुरांना चरण्यासाठी चांगली जागा हेरण्यासाठी खूप आधी पोहोचावे लागे.

वारीसवर ६०-७० गुरांची जबाबदारी असे. तिच्या उंचीच्या दुपटीने मोठी अशी काठी हातात घेऊन ती भल्या सकाळीच उठून गुरांना चरायला घेऊन जायची. चालताना

आईकडून ऐकलेली गाणी गुणगुणायची. गुरांना चांगला कोवळा पाला खायला मिळावा म्हणूनच ही सारी धडपड असायची. शिवाय आजूबाजूला तरस फिरत नाहीत ना हेही पाहावे लागे. तरस, सिंह कळपाने हिंडायचे. त्यांची तिला फार भीती वाटायची.

वारीस आईची लाडकी होती. ती वारीसच्या चेहऱ्यावरून प्रेमाने हात कुरवाळून तिला म्हणायची, 'ॲव्हडोहल'. त्यांच्या भाषेत याचा अर्थ होता 'नाजूक जिवणी असलेली गोडशी छोकरी.'

ह्या भटक्या जमातीमध्ये लग्न न झालेल्या स्त्रीला समाजात स्थानच नाही. त्यामुळे मुलगी ८-१० वर्षांची झाली की, मुलगे हेरायला सुरुवात होते.

वारीस १२-१३ वर्षांची असावी. तेव्हा एके दिवशी वडिलांनी तिला प्रेमाने हाक मारली. वडील अत्यंत कडक स्वभावाचे होते. त्यांच्या स्वरात हा गोडवा अचानक कसा काय आला, ह्याचे वारीस आश्चर्यच करीत होती. तेवढ्यात ते जवळ आले. वारीसला जवळ घेऊन म्हणाले, 'माझी तू सर्वात गुणी मुलगी आहेस, खूप कष्टाळू आहेस, प्राण्यांची चांगली काळजी घेतेस. तुझ्या आईला व मला तुझी खूप मदत होते. म्हणूनच आम्हाला तुझ्या जाण्याने ओकं-बोकं होईल, तुझी आठवण येईल.'

वारीसला वाटले, यांना भीती वाटली असावी की, मीही मोठ्या बहिणीप्रमाणे घरातून पळून जाते की काय? तिचे मन हेलावले. त्यांना बिलगून ती म्हणाली, 'बाबा, मी कुठेही जाणार नाहीय. इथेच तुमच्याबरोबर राहणार आहे.'

यावर ते म्हणाले, 'बेटा मी तुझ्यासाठी नवरा शोधलाय. तुझं लग्न ठरवलंय.'

वारीसला धोक्याची स्पष्ट कल्पना आली. तिने वडिलांना निक्षून सांगितले, 'मी लग्न करणार नाही .'

वडिलांना वारीसचे लग्न ठरविण्याची घाई होती. दुसऱ्याच दिवशी वारीस बकरीचं दूध काढत होती तेव्हा तिला वडिलांची हाक ऐकू आली. हातातले काम सोडून तिला यायलाच लागले. बाबांनी तिची ओळख एका म्हाताऱ्या बाबांशी करून देत म्हटलं, 'हे श्री. गुलूल तुला पाहायला आलेत.'

साठ वर्षाच्या त्या पांढऱ्या दाढीच्या म्हाताऱ्याकडे बघून वारीसच्या चेहऱ्यावर नाराजीची आठी उमटली. ती काहीच बोलली नाही.

वारीस तोंड उघडून काहीबाही बोलेल असे वडिलांना वाटले असावे म्हणून ते म्हणाले, 'जा आता.'

संध्याकाळी वडील खुशीत सांगत होते, 'वारीसचे लग्न ठरले.'

वारीसने बोलायचे धारिष्ट केले व म्हणाली, 'बाबा, तो म्हातारा आहे.'

वडील उलट म्हणाले, 'म्हाताराच नवरा चांगला, तो तुझी चांगली काळजी

घेईल. दुसऱ्या तरुण पोरींच्या मागे लागणार नाही आणि मुख्य म्हणजे तो मला पाच उंट देणार आहे.'

वारीसला वाटले आपल्या अंगावर जशी काही वीजच कोसळली. रात्रभर झोप लागली नाही. सकाळी उठून नेहमीप्रमाणे गुरे चरायला घेऊन गेली. ती आपल्या भावी संसाराचे चित्र डोळ्यापुढे आणत होती. आपण मरमर काम करतोय व म्हातारा विड्या ओढत बसलाय. रात्री मात्र मला छळेल व दरवर्षी मला पोरं होतील. ५-६ वर्षांनी म्हातारा खपेल. मग त्याची पोरं वाढवण्यासाठी आपण मरमर कष्ट उपसू, हे चित्र फार भयंकर आहे. आपण हे होऊ द्यायचं नाही असा निश्चय करून ती उठली.

रात्री सर्वजण झोपल्यावर वारीसने सांगितले, 'आई मी त्या माणसाशी लग्न करणार नाही, पळून जाणार.'

आईने विचारले, 'कुठं जाणार?'

वारीसने सांगितले, 'मोगाडीशूला.'

तिथे तिची मोठी बहीण 'अमान' राहत होती. आईने खुणेनेच सांगितले, 'आत जाऊन झोप, मी उठवेन.'

मध्यरात्री आईने हळूच जागं केलं. बाहेर आल्यावर तिने वारीसला घट्ट मिठी मारली व हळूच म्हणाली, 'जा, तुझे सर्व ठीक होईल; पण एक कर, मला विसरू नको.'

वारीसने तिला वचन दिले, 'नाही विसरणार.' आणि तिथून पळ काढला. वारीसच्या मनात आलं, बरं झालं अंधार होता. आईच्या डोळ्यातले अश्रू आपल्याला दिसले नाहीत; पण ताटातुटीची भावना तिच्या मनातल्या हळव्या कोपऱ्यात दडून बसली.

आईने घरातून निघताना एक जीर्णसा, कापडाचा तुकडा हातात दिला. तो तिने डोक्याला गुंडाळला व घराबाहेर पडली. प्रथम जराशा दबक्या पावलांनी झपझप चालत राहिली. रात्रीच्या किर्र अंधारातून बाहेर पडून तिला उजेडाकडे वाटचाल करायची होती. थोड्या वेळाने क्षितीजावर तांबडं फुटलं, नवी पहाट उगवली. मोगाडीशू कुठल्या दिशेला आहे हे तिला ठाऊक नव्हतं; पण तिने मनाशी ठरविलं उगवतीकडेच पळायचं.

आफ्रिकेतील तिच्यासारख्या मुलीचे जीवन खूपच कष्टाचं होतं. गुरं सांभाळताना कोल्हे, तरस यांना कळपाजवळ फिरकून देणे धोक्याचे असायचे. त्यामुळे वारीस त्यांच्यामागे धावायची. सशासारखे छोटे प्राणी पकडायला धावायची. कारण तेच त्यांचे अन्न होते; पण ते होतं स्वच्छंदी बागडणं !

ती यांत्रिकपणे धावत होती. मनात विचारांचे काहूर माजले होते. कुठं जायचं, तिथं काय करायचं, भविष्यात काय वाढून ठेवलंय? या विचाराने मन बावरले; पण

क्षणभरच, तिने मनाशी निश्चय केला, आता मागे फिरायचे नाही. ती धावतच राहिली, वाळूरूपी समुद्रावरील लाटांवरून तरंगल्यासारखी. एक टेकाड चढायची, ते उतरायची, पुन्हा दुसरे टेकाड. दुपार कलंडली. तिचा कोणीच पाठलाग करत नव्हते हे जाणून ती सुखावली. वडिलांना चकवून पळून जाण्यात आपण यशस्वी झालो, या विचाराने तिने सुटकेच्या नि:श्वास टाकला. ती एका झुडपाजवळ गेली. पाय रक्तबंबाळ झाले होते, एक पाऊलही पुढे टाकवत नव्हतं इतकी ती थकली होती. तिथेच मटकन खाली बसली, शून्यात नजर लावून ! आता दिशांना अंधार वेढू लागला होता. तीही त्या काळोखात हरवून गेली. अति थकव्यामुळे तिथेच आडवी झाली. गाढ झोपी गेली. जाग आली तेव्हा सूर्य बराच वर आला होता. ती लगबगीने उठली व पळू लागली. दुपारी एका झुडुपाखाली झोप काढली. पुन्हा पळणे सुरूच. तहान-भूक-थकवा यांचा विचारही मनाला शिवत नव्हता. वाट दिसेल तशी पळत राहिली.

एका दुपारी एका झुडुपाखाली सावली धरून ती स्वस्थ पडून राहिली. कसल्याशा आवाजाने ती खडबडून जागी झाली. डोळे उघडले तर समोरच एक सिंहीण उभी असलेली दिसली. ती इतक्या जवळ होती की, एकच पंजा मारून, सावजावर ताव मारणे तिला सोपे होते.

एवढ्या दिवसाच्या उपासमारीमुळे व भीतीमुळे वारीस गर्भगळीत झाली. लटपटत्या पायाने कशीबशी उभी राहिली. तोंडून शब्द फुटत नव्हता ; पण मनाशीच म्हणाली, 'ये ! खा मला ! नाहीतरी जगून तरी काय करायचंय ?'

ती सिंहीण वारीसला न्याहाळत होती. असा काही काळ गेला. वारीसला तो युगासारखा दीर्घ वाटला. ती मनोमनी घाबरली होती ; पण तरीही त्या सिंहिणीचे रूप तिला विलक्षण मनोहर वाटलं. थोड्या वेळाने ती सिंहीण जिभल्या चाटत, पाठ फिरवून चालती झाली.

वारीसने सुटकेचा नि:श्वास टाकला. तिला वाटलं, हा तर चमत्कारच झाला. सिंहीणीने अभय दिलंय ! जीवन बहाल केलंय !!

अचानक मनात विचार आला, 'मला हा दैवी कौल मिळालाय. देव जणू सांगतोय, मी तुझ्यासाठी सुरेख आयुष्याचा पट उघडलाय.'

तिने मान वर करून आभाळाकडे पाहिले व म्हणाली, 'देवा, सिंहीणीपासून वाचवलं आहेस, तर आता पुढचा मार्गही तू दाखव.'

मजल दरमजल करीत ती मोगाडीशूला पोहोचली. हिंद महासागरातील प्रख्यात बंदरालगत वसलेलं ते एक छोटसं सुंदर शहर होतं. सभोवताली असलेल्या अनेक ताडामाडाच्या वृक्षांनी वेढलेल्या या शहरातील बहुतेक इमारती पांढऱ्या शुभ्र होत्या. हे

शहर इटालियन लोकांनी वसविलेलं. त्यांच्या आफ्रिकेतील वसाहतीच्या राजधानीचे ठिकाण. घरून निघाल्यापासून इथपर्यंत पोहोचायला अनेक आठवडे लागले होते. त्यानंतर वारीसच्या नात्यातल्या तिच्या दूरच्या बहिणींनी मदत केली. खाऊ-पिऊ घातलं, पैसेही दिले. एकीने अमानचा पत्ताही दिला.

तिथल्या बाजारात फिरताना वारीसने हिम्मत केली व एका बाईला अमानचा पत्ता दाखविला व विचारलं, 'कुठे आहे हे ठिकाण?' वारीसला आपादमस्तक न्याहाळून ती बाई म्हणाली, 'अग्गबाई ! तू अमानची प्रतिकृतीच आहेस. बहीण ना तिची?' वारीसने होकारार्थी मान डोलावली. त्या बाईने आपल्या लहानग्या पोराला वारीसच्या सोबत पाठविले. त्या मुलाने वारीसला अमानच्या घरी पोहोचविले.

वारीसला पाहून अमानला आनंद झाला. बरेच दिवसांनी घरचे कोणी भेटले होते. अमान गरोदर होती. त्यांची एक खणी, छोटी खोली होती. तशी गरिबीच होती; पण तिने ज्या तरुणाशी लग्न केले होते तो चांगला मेहनती तरुण होता.

वारीस अमानकडे राहत होती. अमानच्या बाळंतपणात तिने खूप मदत केली. वारीसची मावशी, शारूमावशी तिथून जवळच राहत होती. तिने अमानला घरी ठेवून घेतले. वारीस घरकामात मदत करे. याशिवाय इमारत बांधकामाच्या ठिकाणी वाळू, सिमेंट, विटा वाहण्यासाठी मजूर म्हणून काम करू लागली. या कमाईतून वाचलेले पैसे एका माणसाकरवी आईकडे पाठविले; पण त्या माणसानेच ते पैसे लंपास केले. आईला दिलेच नाहीत. हे तिला नंतर पुढे समजले.

एक दिवस शारूमावशीकडे वारीसची दुसरी मावशी मरियम आली होती. हिचे यजमान सोमालियाचे लंडनमधील राजदूत होते. मावशीला आपल्याबरोबर लंडनला नेण्यासाठी घरकामासाठी एक विश्वासू स्त्री हवीच होती. मावशी परत गेल्यानंतर वारीसने शारू मावशीला सांगितले, 'मी जायला तयार आहे. माझ्याबद्दल जरा सांग ना त्यांना.'

दुसरे दिवशी ती परत आली, तेव्हा शारूमावशीने वारीसच्या कष्टाळू स्वभावाची वाखाणणी करून म्हटलं, 'वारीस फार गुणी पोर आहे, तिला घेऊन जा. तिचंही कल्याण होईल.' त्यानंतर दुसऱ्याच दिवशी मावशीने निरोप पाठविला. 'उद्या लंडनला जायला निघायचंय, तयार राहा.'

दुसऱ्या दिवशी वारीसचा पासपोर्ट तयार झाला व वारीस लंडनला जायला सज्ज झाली. वारीसने शारूमावशीला मिठी मारली व निरोप घेतला.

लंडनला मावशीचे चार मजली मोठ्ठे घर होते. घरी आल्यावर तिने वारीसला तिची खोली दाखविली. खोलीत मोठ्ठा पलंग होता, त्यावर झोपायला सांगितले. एवढे मोठ्ठे घर, त्याच्या मोठ्या खिडक्या, त्याला लावलेले सुळसुळीत तलम पडदे, मोठी कपाटे, टेबल-खुर्च्या हे सारे ती प्रथमच पाहत होती.

मावशीने स्वयंपाकघरात नेऊन आतली कपाटं उघडून दाखविली व काय काय कामे करायची हे सारं सांगितलं.

वारीसने धीर करून सांगितले, 'या गोष्टी मी कधीच बघितल्या नाहीत. मला ही चूल पेटवायचेही ठाऊक नाही.' मावशीने तिच्याकडे पाहून एक सुस्कारा टाकला व म्हटलं, 'मी तुला फक्त एकच आठवडा शिकवीन. त्यानंतर मात्र तुलाच सगळं करायला लागेल.'

एका आठवड्यातच वारीस सर्व कामात तरबेज झाली. ज्या मुलीला सूर्योदय व सूर्यास्त या दोनच वेळा ठाऊक होत्या, ती घड्याळाच्या काट्याबरहुकूम सर्व कामे काटेकोरपणे करू लागली. चारी मजल्यांची झाडझूड, सर्व वस्तू पुसून जागच्या जागी ठेवणे, बाथरूम घासणे, नाश्ता, जेवण बनविणे या कामात दिवस जायचा. पहाटे पाच ते रात्री ११ पर्यंत ती कामे करायची. मरियम मावशी तिच्या आईची चुलत बहीण होती, पण तिने वारीसची मायेने कधीच विचारपूस केली नाही. मावशीला, पडेल ते काम करायला फुकटात एक नोकर मिळाली होती.

१९८३ साली मावशीची नणंद वारली. तिची मुलगी सोफी मावशीकडेच राहायला आली. सोफीची देखभाल करायचे काम वारीसलाच करावे लागे. वारीसला तिला शाळेत न्यायला-आणायला लागे.

ती सोफीला शाळेत पोहोचवित असता, एक गोरा माणूस नेहमी तिच्याकडे टक लावून बघायचा. तोही त्याच्या छोट्या मुलीला शाळेत सोडायला येत असे. रोजच्या भेटीतून तोंडओळख झाली. तो बोलायचा प्रयत्न करायचा; पण वारीसला इंग्लिश येत नव्हतं त्यामुळे तो काय बोलतोय ते तिला समजत नव्हतं.

एकदा मुलीला शाळेला पोहोचवल्यानंतरही तो अंमळ घुटमळला. त्याने हसून एक कार्ड तिच्या हातात दिलं. वारीसने कार्ड घेतलं व आपल्या पासपोर्टच्या पाकीटामध्ये ठेवून दिलं.

अशी चार वर्षे गेली. मावशी व तिचे यजमान सोमालियाला परत जायला निघाले. मावशी पगार देत नव्हतीच, पण कुणी पाहुण्यांनी बक्षीस म्हणून दिलेले काही पैसे वारीसकडे होते. एवढीच ती कमाई ! इंग्लंडहून निघण्याच्या आदल्या दिवशी मावशीने सांगितले, 'उद्या परत जायचंय.' वारीसने क्षणभर विचार केला, 'तिकडे जाऊन आपण काय करणार? इथेच राहू. ती म्हणाली, 'माझा पासपोर्ट सापडत नाहीय, मिळाला की येईन.'

ज्यांच्यासाठी चार वर्षे मरमरेतो कामे केली, तेही बिनामोबदला, क्षणाचीही उसंत न घेता, त्या मावशीने, तिच्या यजमानांनी, त्यांच्या मुलीने, ''आम्ही गेल्यावर तू काय करणार, कुठे राहणार'', ही साधी चौकशीही केली नाही. परक्या देशात इंग्लिश

भाषा न समजणाऱ्या या मुलीचा कसा निभाव लागेल, याची तसूभरही काळजी त्यांना वाटली नाही व ते कुटुंब सोमालियाला निघून गेले.

त्यानंतर मात्र आपले या देशात कसे होणार या काळजीने वारीस बावरली; पण दुसऱ्या क्षणी तिने स्वत:ला सावरलं. आपलं सारं सामान बॅगेत भरलं व बाजाराची वाट धरली.

बाजारात तिने पूर्वी सोमाली बायकांना पाहिले होते. आत्ताही तिने एका मिठाईच्या दुकानात खरेदी करणारी एक सुरेख, उंच सोमाली बाई पाहिली. वारीस त्या दुकानात गेली. तिच्याकडे पाहून हसली व तिच्याशी सोमाली भाषेत बोलू लागली. त्या बाईला फार आनंद झाला, बरेच वर्षांनी सोमाली भाषा कानावर पडली होती. तिने वारीसची चौकशी केली.

त्या बाईला वारीसने जसे घडले तसे सर्व इत्थंभूत सांगितले. इथून पुढे काय करायचं, कुठं जायचं हे वारीसलाच ठाऊक नव्हतं, तसं तिने त्या बाईलाही सांगितले. त्या बाईने –तिचे नाव हालवू होतं – सांगितलं, 'काळजी नको करूस, माझ्याबरोबर चल.' हालवू YWCA च्या होस्टेलमध्ये राहत होती. तिने वारीसला स्वत:च्या खोलीत ठेवून घेतलं आणि काम शोधायचा प्रयत्न करायला सांगितले.

एक दोन दिवसांनी हालवूनेच वारीससाठी काम शोधले. 'मॅकडोनल्ड' रेस्टॉरंटमध्ये गिऱ्हाइकांकडून ऑर्डर घ्यायची व ती चिठ्ठी स्वयंपाकघरात पोहोचवायची, अगदी सोप्पं काम आहे' ती म्हणाली. यावर वारीसने सांगितले, 'मी अडाणी, अशिक्षित आहे, इंग्लिश येत नाही. इथे काम करण्यासाठी परवानापत्रही नाहीय.' त्यानंतर हालवूने तिला मॅकडोनल्डच्या स्वयंपाकघरात काम मिळवून दिलं. तिने पडेल ते काम केलं. भांडी घासली, लाद्या पुसल्या, रात्री परतायला १-१ ॥ वाजे; पण कधीच तक्रार केली नाही. YWCA मध्ये एक खोली रिकामी झाली, ती तिथे राहू लागली. सकाळी मोफत प्रौढ शिक्षण वर्गात जाऊन इंग्लिश लिहू–वाचू लागली. इंग्रजी भाषा बोलता येऊ लागल्यामुळे समाजात मिसळता आले.

एक दिवस तिला पासपोर्टबरोबर पाकिटात ठेवलेल्या त्या गोऱ्या माणसाच्या कार्डाची आठवण झाली. तिने ते कार्ड हालवूला दाखविले व घडलेला प्रसंग सांगितला व म्हटलं, 'ह्या इसमाला माझ्याकडून काय हवे होते तेच समजले नाही.'

हालवू म्हणाली, 'तो फोटोग्राफर आहे. मीच विचारते त्याला तुझ्या वतीने.'

हालवूने फोन करून त्याच्याशी संपर्क साधला. त्याने वारीसला दिलेल्या पत्त्यावर भेटायला सांगितले.

दुसऱ्या दिवशी पत्ता शोधत वारीस त्याच्या स्टुडिओवर पोहोचली. तो एक अद्ययावत, सुसज्ज फोटोस्टुडिओ होता. बाहेरच्या खोलीमधील भिंतीवर सुंदर स्त्रियांचे आकर्षक फोटो लावले होते. भिरभिरत्या नजरेने वारीस ते फोटो न्याहाळत होती. इतक्यात एक गृहस्थ शेजारच्या खोलीतून आले. त्यांना पाहताच वारीसने ओळखले. मागे पोनीटेल बांधलेले हेच ते गोरे गृहस्थ, ज्यांनी आपणाला हे कार्ड दिले होते. हे तिला आठवले.

त्यांच्याही चेहऱ्यावर ओळखीचे स्मित उमटले व म्हणाले, 'माझे एक काम आहे तुमच्याकडे. हे बाजूच्या भिंतीवर फोटो लावले आहेत ना, तसा तुमचा फोटो मला काढायचाय.'

'बस्स इतकंच ! कधी काढायचेत फोटो? – पण मी काही इतकी सुंदर नाही.' वारीस म्हणाली.

'ह्यांच्यापेक्षाही सुंदर आहात. दोन दिवसांनी या. नक्की या हं.' ते गृहस्थ म्हणाले. ते गृहस्थ होते जगप्रसिद्ध फोटोग्राफर – माईक गॉस.

दोन दिवसानंतर वारीस तिथे पोहोचताच एका बाईने तिला एका छोट्या खोलीत नेले. एका खुर्चीवर बसविले. ती पुढ्यातल्या दुसऱ्या खुर्चीवर बसली. तिच्या मांडीवर एक तबक होते, त्यात लहान डब्या, ब्रश, स्पंज, क्रीम असे पुष्कळसे सामान होते. तिने वारीसचे गाल चिमटीत धरून ओढले, डोळ्याखाली हलकेच हात फिरविला व काम सुरू केले. हे काय चाललेय हेच वारीसला समजत नव्हते.

तिचे काम पूर्ण झाल्यावर तिने वारीसला आरशासमोर उभे केले. वारीसच्या तोंडून उद्‌गार आले, 'वॉव!' आरशातलं तिचं प्रतिबिंब बघून, स्वतःच्या डोळ्यांवर तिचा विश्वासच बसेना.

त्या बाईने वारीसला दुसऱ्या एका खोलीत नेलं. माईक तिची प्रतीक्षा करीत होता. त्याने वारीसला स्टुलवर बसविले. 'ताठ बस, ओठ मिट, मान तिरकी कर' अशा अनेक सूचना दिल्या, तसं वारीसने केले. मग तो कॅमेऱ्यामागे उभा राहिला व त्याने तिला कॅमेऱ्याकडे बघायला सांगितले. 'क्लिक' असा आवाज व त्याबरोबर डोळे दिपवून टाकणारा प्रकाश! त्या प्रकाशानी वारीसच्या जीवनात नवे झगमगते दालन उघडले. बाहेरच्या खोलीतील भिंतीवर लावलेल्या सुंदर ललनांच्या इतकाच सुंदर फोटो आल्याचे पाहून वारीसला आश्चर्य वाटले. वारीसचा संपूर्ण कायापालट झाला. माईकच्या स्टुडिओतून 'मोलकरीण वारीस'चा 'सुपर मॉडेल वारीस'पर्यंतच्या प्रवासाचा श्रीगणेशा झाला.

त्यानंतर फोटोग्राफर टेरेन्स डोनिव्हान यांनी पिरेलीच्या कॅलेंडरसाठी वारीसची निवड केली. कॅलेंडरच्या प्रत्येक पानावर सुंदर युवतीचे अत्यंत मादक, आकर्षक चित्र असे. 'आफ्रिकन युवती' हा त्या वर्षीचा विषय होता. कॅलेंडरच्या मुखपृष्ठावरील फोटोसाठी मॉडेल म्हणून वारीसची निवड झाली.

इथून पुढे 'रेव्हलॉन'च्या प्रसाधनांसाठी, त्यांच्या नव्या परफ्युमसाठी तिची निवड झाली. ह्या परफ्युमचे घोषवाक्य होते, 'आफ्रिकेच्या अंतरंगातून येत आहे, एक खास सुवास, जो करेल प्रत्येक स्त्रीच्या अंत:करणात वास.' इथूनच पुढे मॉडेलिंग क्षेत्रातील सिंडी लॉफर्ड, क्लॉडिया शायफर, लॉरेन हंटन या सर्व श्रेष्ठ मॉडेल्सबरोबर ती कामे करू लागली. पॅरिस, न्यूयॉर्क, मिलान मधून खूप मोठी कॉन्ट्रॅक्टस् मिळू लागली. Elle, Glamour vogue च्या इटालिअन, अमेरिकन, ब्रिटिश आवृत्त्यांवर वारीसचे फोटो झळकू लागले. तिचं अवघं जीवनच बदलून गेलं.

बदलली नाही ती एक जुनी ठसठस, अजाण वयात केलेल्या अघोरी अत्याचाराची शिक्षा! ती अजूनही त्याची शिक्षा भोगत होती. तो प्रसंग नुसता आठवला तरी जीवाचा थरकाप होई. ती साधारण पाच एक वर्षाची होती. आईने सांगितले, 'तुझ्या वडिलांना एक जिप्सी बाई भेटली. ती उद्या रात्री येणार आहे.'

त्या दिवशी घरातील वडील माणसे तिचे खूप लाड, कोडकौतुक करीत होती. सकाळच्या जेवणातही चांगलंचुंगलं, भरपूर खायला दिलं. आईने सांगितले, 'रात्रीच्या जेवणानंतर दूध, पाणी प्यायचे नाही.'

वारीस नेहमीप्रमाणे झोपली होती. आई आत आली व तिला उठवलं, खुणेनंच बाहेर पडायला सांगितलं. वारीस अर्धवट झोपेतच आईच्या बरोबर चालत होती. थोड्याशा आडोशाला एका झुडुपाजवळ आई बसली. वारीसही तिच्याजवळ बसली. अंधारात पैजणांचा आवाज आला, वारीस आईला चिकटली. तेवढ्यात एक जिप्सी बाई त्यांच्याजवळ येऊन उभी राहिली व खुणेनेच कातळावर बसायला सांगितले.

आईने वारीसला कातळावर झोपविले, डोळ्यावर पट्टी बांधली व तिचे डोके गच्च धरून ठेवले. त्या जिप्सी बाईने झाडाची जुनाट मुळी वारीसच्या तोंडात कोंबली. आई वारीसच्या कानाशी कुजबुजली, 'बेटा थोडं सहन कर माझ्यासाठी.' त्या जिप्सी बाईने तिच्या मळकट झोळीतून वस्तऱ्याचे पाते काढले, त्या पात्यावर थुंकली व आपल्या मळकट परकराने ते पुसले. आईने वारीसचे डोळे कापडाने झाकले. वारीसला जाणवले, ती बाई आपल्या गुप्तांगाच्या मांसल भागावर त्या वस्तऱ्याच्या पात्याने काहीतरी कापून टाकतेय. वारीसला मरणप्राय वेदना होत होत्या. तिचे पाय व मांड्या थरथरू लागल्या. अत्यंत वेदनेमुळे तिची शुद्धच हरपली.

ती शुद्धीवर आली तेव्हा तिच्या डोळ्यावरची पट्टी सोडली होती. त्या बाईच्या हातामध्ये बाभळीचे काटे होते. त्या काट्यानी तिने वारीसच्या चामडीत भोके केली व एका मजबूत पांढऱ्या धाग्यानी जखम शिवून टाकली. त्यानंतर तिचे दोन्ही पाय कमरेपासून घोट्यापर्यंत दोरीने बांधून टाकले.

आईने व बहिणीने मिळून वारीसला ओढत एका झुडुपापाशी आणले, तिथे एक तात्पुरते छप्पर उभारले. जखम बरी होईपर्यंत वारीसला इथेच पडून राहावे लागणार होते. शिवलेल्या जखमेमध्ये एक छोटसं भोक ठेवलं होतं. त्यातून लघवी बाहेर पडताना खूप चरचरत होते. जखम पिकली, ताप आला. वारीसला वाटले, संपले आपले जगणे; पण देवाच्या दयेने ती वाचली.

आफ्रिकी समाजातील ह्या अघोरी चालीमुळे स्त्रियांना फार त्रास सहन करावा लागतो. इतर बायकांना लघवी करायला एक मिनिट लागत असेल तर ह्या बारीक भोकातून लघवी बाहेर यायला १०-१२ मिनिटे लागतात. मासिक पाळीच्या वेळी असह्य वेदना होत. आता जगभर हिंडून वारीसला पाश्चिमात्य चालीरीतीची ओळख झाली होती. इतर मुलींच्या वाट्याला हे दु:ख नाही हे समजलं होतं. तिने एकदा धीर करून आपण सोमाली असल्याचे डॉक्टरांना सांगितले.

डॉक्टरांनी तपासले. त्यांना आश्चर्य वाटले, 'ह्या मुलीचे गुप्तांग एवढे घट्ट शिवलेय की, ही आजपर्यंत जिवंत तरी कशी राहिली.' त्यांनी उत्तम प्रकारे ऑपरेशन केले. वारीसचे जीवन सुसह्य झाले. डॉक्टरांनी अनेक धक्कादायक अनुभव सांगितले. वारीससारख्या अनेक सोमाली, इजिप्शिअन, सुदानी बायका त्यांच्याकडे येत. त्या गर्भवती असत, नवऱ्याची, घरच्यांची ऑपरेशन्सना परवानगी नसते; पण त्यांना जमेल तेवढे ते ह्या बायकांचे जीवन सुकर करायचा प्रयत्न करायचे.

१९९५ मध्ये B.B.C. वृत्तवाहिनीने वारीसच्या जीवनावर एक डॉक्युमेंटरी काढायचे ठरविले. वारीस ह्या गोष्टीस तयार झाली; पण एका अटीवर 'तिच्या आईचा शोध घेण्याचा प्रयत्न करायचा.' त्यांच्या प्रयत्नांना महत्प्रयासाने यश मिळाले व वारीसची आईबरोबर भेट झाली.

पुढे वारीसचे 'डाना मरे' नावाच्या कुशल ड्रम वादकाशी लग्न झाले. १३ जून १९९७ मध्ये वारीसने एका सुंदर मुलाला जन्म दिला. वारीस सर्वार्थाने सुखी, संपन्न जीवन जगत होती. सुपर मॉडेल म्हणून खूप प्रसिद्ध होती. तिला वाटत होतं, 'आपण कोवळ्या वयात ह्या क्रूर रूढीमुळे अनंत यातना सहन केल्यात. ह्या अघोरी उपायामुळे कित्येक मुलींना जंतुसंसर्ग होतो, मग धनुर्वात होतो व त्यातच त्या मरतात. लग्न झाल्यानंतर प्रत्येक बाळंतपणानंतरही तो भाग पुन्हा घट्ट शिवून टाकतात, जेणेकरून नवऱ्याला समागमाच्या वेळी आपण कोवळ्या बालिकेशी संभोग घेतोय असे वाटावे. पुरुषांनी लादलेल्या आणि स्त्रियांनी मुकाटपणे स्वीकारलेल्या या रूढीबद्दल जगाला फारसे काही ठाऊकच नाहीय. आजच्या विज्ञानयुगातही जगातील काही भागात ही क्रूर रूढी जोपासली

जातेय. कित्येक मुली जिवंतपणी मरणयातना भोगतायत. ही प्रथा बंद पाडायला हवी, ह्या विचाराने ती फार अस्वस्थ होई.

तिने एका मुलाखतीमध्ये आपली ही दुखरी ठसठस जगापुढे मांडली. ही मुलाखत प्रसिद्ध होताच मासिकाच्या कार्यालयात व वारीसच्या घरी पत्रांचा महापूर लोटला. शाळा, कॉलेज मधील चर्चासत्रांतून हा विषय चर्चिला गेला, त्यावेळी वारीसला आग्रहाचे बोलावणे असे. वारीसही ह्या विषयावर बोलत असे.

१९९७ मध्ये 'युनायटेड नेशन्स पॉप्युलेशन फंड' या संस्थेमार्फत ह्या अघोरी रूढीच्या विरोधात लढण्यासाठी मोहीम उभारली व त्यासाठी वारीसने महत्त्वाचे योगदान दिले.

मुलींची सुंता व 'फिमेल जेनिटल म्युटीलिएशन' स्त्रियांच्या गुप्तांगाचे विच्छेदन, या विषयावर वर्ल्ड हेल्थ ऑरगनायझेशन ह्या संस्थेने खूप संशोधन केले.अनेक ठिकाणाहून आलेली माहिती धक्कादायक होती. आफ्रिकेतील २८ देशांमध्ये ही प्रथा रूढ आहे. इतकेच नव्हे तर युरोप, अमेरिकेसारख्या प्रगत देशात राहणारे आफ्रिकी लोक अतिशय गुप्तपणे आपल्या मुलींवर ही शस्त्रक्रिया करवून घेतात. अशिक्षित बायका सुरी, कात्री, दगड वापरून, भूल न देताच ही कापाकापी करतात. WHO च्या पाहणीनुसार अंदाजे १३ कोटी मुलींवर ही शस्त्रक्रिया झालीय आणि ह्या अघोरी रूढीमुळे दरवर्षी वीस लाख मुली मरतात.

वारीसने आफ्रिकी देशांना भेटी देऊन रूढी बंद करण्यासाठी अनेक व्याख्याने दिली.

वारीस म्हणते, 'मी घरातून पळून जात असताना एका सिंहिणीने मला आपले भक्ष्य न बनविता जीवदान दिले. त्यावेळी मला जाणवलं होतं की, मला जिवंत ठेवण्यामध्ये विधात्याचा काहीतरी हेतू होता. तो हेतू कोणता, हे मला आज उमगलंय. मला कल्पना आहे, 'पुरुषप्रधान संस्कृतीच्या विरोधात उभे राहून स्त्रियांच्या भल्यासाठी करावयाच्या या कामात मला प्रखर संघर्ष करावा लागेल, अनेक संकटांचा सामनाही करावा लागेल; पण ह्या गोष्टीकडे मी, ही मला मिळालेली संधी आहे, ह्या दृष्टिकोनातून पाहते. माझ्या जीवनात मला केवळ सुदैवाने मिळालेल्या संधीचा मी पूर्ण फायदा घेतला, आपल्या मनापासून केलेल्या प्रयत्नांना यशाची पावती मिळतेच, असा माझा दृढविश्वास आहे. मला ह्याही कामात यश मिळो, ही देवाकडे प्रार्थना !'

❖❖❖

जगन्मान्य सिनेतारका

इनग्रिड बर्गमन

''सौंदर्याचा ॲटमबॉम्ब ! आणि त्याला महत्त्वाची जोड होती, उत्कृष्ट, भावूक, तरल अभिनयाची. युरोप, अमेरिकेचे रंगमंच व चित्रपटसृष्टी हिने गाजवली. 'माय स्टोरी' ह्या पुस्तकात इनग्रिडने तिची सत्यकथा लिहिली आहे, तिच्या लेकरांच्या आग्रहाखातर.''

इनग्रिड बर्गमन अत्यंत संवेदनशील, संयत अभिनय, प्रफुल्लीत सौंदर्य व डौलदार व्यक्तिमत्त्व या वैशिष्ट्यांसह जगभरातल्या रसिक प्रेक्षकांच्या मनात बहुमानाचे स्थान पटकाविलेली अभिनेत्री. हिने अक्षरश: इतिहास घडविला. इनग्रिडला एकदा एका पत्रकाराने फोन करून विचारले, 'तुम्ही आपले आत्मवृत्त लिहू इच्छिता का?'

यावर आपला नकार कळवून इनग्रिडने फोन खाली ठेवला. जवळच उभा असलेला मुलगा रॉबर्ट (ज्यू) म्हणाला, 'आई, तू हे जग सोडून जेव्हा जाशील, त्यानंतर पुष्कळसे लोक 'गॉसिप' कॉलममधील अफवांच्या आधारे तुझ्याविषयी काहीबाही लिहितील व आम्हा मुलांना त्यात किती तथ्यांश आहे हे ठाऊकच नसल्यामुळे त्याची शहानिशा करता

येणार नाही, तेव्हा तूच का नाही तुझी खरी गोष्ट जगापुढे सांगत? मला वाटतं तू हे करावंस.'

इनग्रिडला वाटलं, बरोबर आहे याचे म्हणणे. मग तिने आपल्या जीवनाची कहाणी 'माय स्टोरी' लिहिली. आपल्या मुलांना – पिया, रॉबर्ट (ज्यू), इझाबेला व इनग्रिड (ज्यू) यांना ती भेट देऊन म्हटलं, 'हे सत्य आहे.'

ॲलन बर्गर व स्वत: इनग्रिडने संपादित केलेले 'माय स्टोरी' हे आत्मचरित्र रसिकांची दाद मिळवून गेले.

१९१५ साली स्वीडनमध्ये इनग्रिडचा जन्म झाला. तिची आई जर्मन होती. इनग्रिड ३ वर्षांची असताना तिची आई वारली. वडील जस्टस बर्गमन संगीताचे जाणकार, कलांचे भोक्ते व उत्तम व्यावसायिक चित्रकार होते. ते छोट्या इनग्रिडला नाटके, ऑपेरा पाहायला घेऊन जात. त्यांची इच्छा होती, इनग्रिडने संगीताची साधना करावी. ऑपेरा सिंगर व्हावे; पण इनग्रिडला अभिनयाची उपजत आवड व जाणही होती. दुर्भाग्यवश, तिचे वडील ती १० वर्षांची असतानाच देवाघरी गेले. पुढे तिच्या काकानी तिचा सांभाळ केला. शालेय शिक्षण झाल्यावर 'रॉयल ड्रामॅटिक स्कूल' या संस्थेत तिला प्रवेश मिळाला. येथे बॅले नृत्याचे धडे शिकताना तिला रंगभूमीच्या इतिहासाबद्दलही माहिती झाली.

रॉयल ड्रामॅटिक थिएटरचे डायरेक्टर आलेफ सजोबर्ग हे एकदा या स्कूलमध्ये आले असताना समोरून येणाऱ्या व आपल्याच तंद्रीत चालत असलेल्या एका तरुणीने त्यांना धडक दिली. ती वरमली, 'सॉरी' म्हणून निघून गेली. ह्या मुलीच्या चेहऱ्यावरची निरागसता, नजर खिळवून ठेवणारी मादकता पाहून सजोबर्ग खूप प्रभावित झाले. त्यांच्या आगामी चित्रपटात काम करण्यासाठी ते नायिकेच्या शोधात होते. म्हणूनच त्यांनी ह्या शाळेला भेट दिली होती. ह्या मुलीला पाहिल्यावर त्यांची खात्री पटली, हिच्या ठिकाणी नायिका म्हणून प्रभाव टाकण्याजोगे व्यक्तिमत्त्व आहे. ती मुलगी होती 'इनग्रिड बर्गमन', 'द काउंट ऑफ द मॉंक्स ब्रिज' या चित्रपटात काम करण्यासाठी रॉयल ड्रामॅटिक थिएटरने इनग्रिडला करारबद्ध केले. हा एक विनोदी चित्रपट होता. प्रशिक्षण काळात तिला एका जुन्या, नावाजलेल्या अभिनेत्रीने अभिनयाबद्दल मार्गदर्शन करताना सांगितलं, 'तुझ्या मनातल्या भावनांचा अविष्कार करताना, तो उत्कटपणे समोरच्या श्रोत्यांच्या मनाची पकड घेणारा व्हायला हवा.' दुसरा चित्रपट होता 'ब्रेननिनगर ओशन ब्रेकर.' त्यानंतर आलेल्या 'द फॅमिली स्वीडन हेलीन', 'ऑन द सनी साईड' ह्या चित्रपटातूनही तिने छोट्या-मोठ्या भूमिका केल्या. ह्या भूमिका साकार करताना इनग्रिड अभिनेत्री म्हणून घडत होती. बोलताना श्वासाचा उपयोग कसा करायचा हेही शिकली. तिची उंची

सर्वसामान्य मुलींपेक्षा थोडी जास्तच होती, त्यामुळे खांदे पाडून अवघडल्यासारखी चालत असे. हा दोष घालविण्यासाठी तिने योग्य ते व्यायाम केले.

इनग्रिडने लिहिलंय, 'शिकण्याची प्रक्रिया आजतागायत सुरूच आहे. सभोवती घडणाऱ्या घटनेतून, जीवनाच्या अनुभवातूनच मी अभिनयाचे धडे गिरविते. ह्या काळात इनग्रिडच्या जीवनात एक प्रेमकहाणी फुलत होती. पिटर लिंडस्टॉर्म हा व्यवसायाने डॉक्टर असलेला, भुऱ्या केसांचा, उंच, रुबाबदार, नृत्यामध्ये अतिकुशल, उत्कृष्ट स्किइंग करणारा आणि बॉक्सरही असणारा एक तरुण आणि इनग्रिड ही एक अभिनयसंपन्न, सुंदर अभिनेत्री ! ह्यांची जोडी अगदी रती-मदनाची प्रतिकृतीच होती. जुलै १९३७ला पीटर व इनग्रिड विवाहबद्ध झाले, तेव्हा इनग्रिड २२ वर्षांची होती, तर पीटर ३० वर्षांचा.

'इंटरमेझ्ड' ही अत्यंत सुंदर स्वीडिश फिल्मही ह्याच सुमाराची. 'इनग्रिड' स्वत: एका भावपूर्ण खऱ्या प्रेमकथेत शरीर-मनाने गुंतली होती. तिने पडद्यावरही तिच्या उत्कट अभिनयाने चित्रपटाची प्रेमकथा साकारली. ह्या चित्रपटात तिने एका सुंदर; पण एकाकी असलेल्या कुशल पियानो शिक्षिकेची भूमिका केली आहे. ही शिक्षिका एका जगप्रसिद्ध व्हायोलीन वादकाच्या प्रेमात पडते. त्यांच्या विफल प्रेमाची कहाणी फारच समर्थपणे चित्रित केली होती. गोस्टा एकमनने व्हायोलीन वादकाची भूमिका साकारली होती. चित्रपट प्रकाशित झाल्यानंतर लगेचच १२ जाने. १९३८ला गोस्टा एकमन ह्याचा अचानक दुर्दैवी अंत झाला.

ह्यानंतर इनग्रिड एका जर्मन चित्रपटासाठी करारबद्ध झाली. तिची आई जर्मन होती, त्यामुळे तिला जर्मन भाषा उत्तम प्रकारे अवगत होती. ह्याचवेळी इनग्रिड गरोदर होती. बर्लिनचे वातावरण अत्यंत असुरक्षित होते. चित्रपट दिग्दर्शकाने एका नाझी संघटनेच्या मेळाव्यासाठी उपस्थित राहण्याची इनग्रिडवर सक्ती केली. युद्धजन्य परिस्थितीत चित्रपट निर्मितीसाठी पुरेसे भांडवल नसल्यामुळे चित्रपटही रखडला. पीटरही जर्मनीला आला. इनग्रिडने एका मुलीला जन्म दिला. अतिशय सुंदर दिसणाऱ्या या मुलीने नाव ठेवले 'पिया.'

ह्याचवेळी युरोपमध्ये अत्यंत अस्थिर वातावरण होते. 'इंटरमेझ्ड' ह्या स्वीडिश भाषेतील सिनेमाची फिल्म अमेरिकेला पोहोचली. तिचे अमेरिकेत फार छान स्वागत झाले. वृत्तपत्रांनी मुक्तकंठाने स्तुती करीत म्हटलं, 'स्वीडनने पाठविलेली ही आजतागायतची उत्कृष्ट कलानिर्मिती आहे.'

'इंटरमेझ्ड' ह्या चित्रपटामुळेच इनग्रिडला अभिनेत्री या नात्याने नवी ओळख व संधी मिळाली. या चित्रपटातील तिची 'अनिता हाफमन'ची भूमिका हॉलिवूडचा बडा निर्माता 'डेव्हिड सेल्झिक' यांच्या नजरेस पडली व त्यानी तिला हॉलिवूडला बोलावून

घेतले. डेव्हिड सेल्झिक यानी याआधी 'गॉन विथ द विंड', 'द रिबेका' यासारखे दर्जेदार चित्रपट दिग्दर्शित केले होते. त्यानी हा सिनेमा इंग्रजीमध्ये चित्रित करण्यासाठी इनग्रिडबरोबर करार केला. कारण त्यांना जाणवले, इनग्रिड फक्त सुंदरच नाही तर तिच्या ठिकाणी उत्कट अभिनयाने भावनांचा कल्लोळ व्यक्त करण्याची क्षमता आहे, जी अभावानेच आढळते. इनग्रिड अमेरिकेला आली. न्यूयॉर्कहून रेल्वेने लॉस एंजल्सला पोहोचली. सेल्झिकची पत्नी-दूरीने तिचे स्वागत केले. इनग्रिडच्या हातात छोटीशीच बॅग होती. हे पाहून त्या म्हणाल्या, 'तुला इथे ३ महिने राहायचंय, तुला वाटतंय तुझ्याकडे पुरेसे कपडे आहेत?'

'पण मला कपड्यांची फारशी आवश्यकताच नाही. मी दिवसभर स्टुडिओत असणार. रविवारी घालायला माझ्याकडे बेदिंग सूट, स्लॅक्स व टी शर्ट आहे.'

त्यानी पुढे विचारले, 'तुझ्याकडे तुझी 'मेकअप बॉक्स' आहे ना?'

इनग्रिडचा गोंधळ उडाला. तिने विचारले, 'मेकअप? काय असते हे?' जवळच्या इंग्रजी डिक्शनरीमध्ये तिने तो शब्द शोधला. मग तिला त्याचा अर्थ उमजला व ती म्हणाली, 'मी मेकअप वापरत नाही.'

डेव्हिड सेल्झिक तिला एकदा म्हणाले, 'आपण तुझे नाव बदलू या.'

इनग्रिड पटकन म्हणाली, 'हे माझे नाव आहे. मी हे नाव घेऊन जन्माला आलीय. अमेरिकाही मला ह्याच नावाने ओळखेल. मी जर माझे नाव बदलले तर स्वीडनमध्ये घरी परतल्यावर किती मूर्खासारखी अवस्था होईल माझी – ओळखच हरवून जाईल.'

एक दिवस तो तिला म्हणाला, 'माझ्या हाताखाली ज्यांनी अभिनयाचे धडे गिरविले त्यामध्ये तू अगदी वेगळी – अत्यंत सहजतेने भूमिका साकारण्याची निसर्गदत्त देणगी लाभलेली कलाकार आहेस. तू स्वत:शी ठामपणे प्रामाणिक आहेस, तशीच राहा.'

'इंटरमेझो' या चित्रपटाद्वारे इनग्रिडला पहिली मोठी संधी मिळाली, हे नक्की. ह्या काळात तिला इंग्रजी भाषा शिकविण्यासाठी एका शिक्षिकेची नेमणूक झाली होती. ही शिक्षिका 'रुथ', एकदा एका इंग्रजी शब्दाचा उच्चार इनग्रिडला शिकवित होती. इनग्रिडला आत्मसात करायला खूप कठीण जात होते. ती म्हणाली, 'त्या उच्चाराशी साम्य असणारा एखादा स्वीडिश शब्द तुला ठाऊक असता तर मला त्यावरून उच्चार करायला किती सोपं पडलं असतं.' रुथने ताबडतोब स्वीडिश भाषेतला शब्द सांगितला. इनग्रिडला खूप आश्चर्य वाटले. तिने विचारले, 'तुला स्वीडिश भाषा येते?' रुथ लगेच उत्तरली, 'मी स्वीडनचीच आहे; पण तुला हे आधी सांगितलं असतं तर तू स्वीडिशमध्येच बडबडत राहिली असतीस. तुला इंग्रजी शिकविण्यासाठी माझी नेमणूक झालीय.'

'इंटरमेझ्ड'च्या चित्रीकरणानंतर इनग्रिड युरोपमध्ये जर्मनीला परतली. आजी-आजोबांना भेटली. लेकीला- 'पिया'ला भेटली. आत्तापर्यंत तिने स्वीडिश भाषेत सहा चित्रपट केले होते. 'द फोर कम्पॅनिअन' व 'ओनली वन नाईट' हे चित्रपट यु.एफ.ए. या जर्मन फिल्म इन्स्टिट्यूटतर्फे चित्रित करण्यात आले होते. 'अभिनेत्री' या नात्याने युरोपमध्येही ती प्रसिद्ध होती.

युरोप युद्धाच्या छायेत वावरत होता, जर्मनीमधील वातावरण तर फारच अस्थिर होते. अभिनेत्री या नात्याने तिला कोणतीही संधी मिळणार नव्हती, हे स्पष्ट दिसत होते. तिने अमेरिकेलाच परत जावे असे पीटरचे मत होते. पीटर डॉक्टर होता. त्याने पूर्वी आर्मीमध्ये काम केले होते, तो देश सोडायला तयार नव्हता.

डेव्हीड सेल्झिकने इनग्रिडला तार केली. 'वातावरण अधिक बिघडण्याआधी अमेरिकेला यायला नीघ.' पीटरने व इनग्रिडने ३१ डिसेंबर १९४०चा सरता दिवस साजरा केला व एकमेकांचा निरोप घेतला. पियाला घेऊन इनग्रिड बोटीने न्यूयॉर्कला पोहोचली.

अमेरिकेत घट्ट पाय रोवण्यासाठी धडपड करायला लागेल याची तिला जाणीव होती. इनग्रिडने एका हंगेरीअन लेखकाने लिहिलेल्या नाटकात काम केले. ह्या नाटकाचे नाव होते 'लिलियन.' अमेरिकन प्रेक्षकांसमोर नाटक सादर करताना तिच्या मनावर थोडे दडपण आले होते; पण ती आपल्या भूमिकेच्या सादरीकरणासाठी खूप परिश्रम घेत असे. तिने आपल्या संयत, दमदार अभिनयाने, आकर्षक, मोहक, हालचालीने अमेरिकन नाट्यरसिकांची मने जिंकली. पुढे या नाटकाचे चित्रपटात रूपांतर करण्यात आले. 'करौझल' ह्या नावाने हा चित्रपट झळकला. त्यात इनग्रिडनेच काम केले होते.

ह्यानंतर इनग्रिड हॉलिवूडला गेली. 'अॅडम अँड फोर सन्स' ह्या सिनेमात काम केले. तिच्या अभिनयास सिनेरसिकांकडून पसंतीची दाद मिळाली. त्यानंतरच्या 'रेज इन हेवन', 'डॉ. जेकिल अँड मिस्टर हाइड' या चित्रपटांनाही चांगलं यश मिळालं. 'फॉर हूम द बेल टोल्स' ह्या पॅरामाऊंटच्या चित्रपटासाठी तेव्हा ३ दशलक्ष डॉलर्स खर्च केले होते. हा चित्रपट रंगीत होता. त्यासाठी सॅनहोजेजवळ, 'योसेमिटी' येथे डोंगरात बाह्यचित्रीकरण केले होते. या चित्रपटातील भूमिकेसाठी इनग्रिडची ऑस्कर पुरस्कारासाठी शिफारस झाली होती; पण त्या वेळेस हुकलेला हा पुरस्कार पुढच्याच वर्षी १९४४ मध्ये 'गॅसलाईट' ह्या चित्रपटातील भूमिकेसाठी मिळाला.

युरोपमधील युद्ध दीर्घकाळ चालू राहण्याची लक्षणे दिसत होती. त्यामुळे पीटरही अमेरिकेला आला. त्याने रोचेस्टर येथे एम.डी.च्या अभ्यासक्रमासाठी अॅडमिशन घेतली. यावेळी इनग्रिडने युद्धाच्या माहितीपटात काम केले. अमेरिकेमधील वृद्धाश्रमात राहणाऱ्या

स्वीडिश लोकांना ती स्वत: भेटली. युद्धासाठी मदतनिधी गोळा करण्यासाठीही तिने काम केले. अलास्कामध्ये असणाऱ्या सैनिकांच्या भेटीसाठी जाणाऱ्या पथकात तिचा समावेश होता. तिने सैनिकांबरोबर नृत्य केले. हॉस्पिटलला भेट देऊन जखमी सैनिकांची विचारपूस केली. आल्फ्रेड हिचकॉकच्या 'स्पेलबाऊंड' व 'नटोरिअस' ह्या चित्रपटानी ती लोकप्रियतेच्या शिखरावर पोहोचली. 'स्पेलबाऊंड'मध्ये तिने एका मानसोपचारतज्ज्ञ डॉक्टरची भूमिका केली होती. ग्रेगरी पेक या लोकप्रिय नटासमवेतचा हा सिनेमा एक जबरदस्त पकड घेणारा मानसरोग चिकित्सक भयपट होता.

'वॉर्नर बदर्स'तर्फे प्रकाशित, 'कासाब्लँका' या चित्रपटात तिने त्या वेळचा प्रसिद्ध अभिनेता हंफ्री बोगार्टबरोबर काम केले होते.

'जोन ऑफ आर्क'च्या व्यक्तिरेखेबद्दल इनग्रिडला जबरदस्त आकर्षण वाटत होते. त्याच कथानकावर मॅक्स अँडरसनने 'जोन ऑफ लॉरेन्स' हे नाटक लिहिले होते. इनग्रिड या नाटकात अभिनय करीत असे. नाटकाचा वॉशिंग्टनला प्रयोग होणार होता. तेव्हा इनग्रिडला समजले, काळ्या लोकांना नाट्यगृहात प्रवेश करायला बंदी आहे. ती मॅक्सला म्हणाली, 'मला हे आधी समजलं असतं तर मी ह्या शहरात पाऊलही ठेवलं नसतं.'

नाटक होणार होते त्याच्या आदल्या दिवशी प्रेस कॉन्फरन्स बोलाविली होती. इनग्रिडने ठरविले होते, आपणास जर ह्यासंबंधी प्रश्न विचारला तर आपण आपले विरोधी मत नोंदवायचे; पण तो विषयच निघाला नाही. वार्ताहर इनग्रिडला म्हणाले, 'आभारी आहोत, बर्गमन गुड बाय.' यावर इनग्रिड म्हणाली, 'मीही आभारी आहे; पण मी पुन्हा वॉशिंग्टनमध्ये येणार नाही.' इनग्रिड पुढे म्हणाली, 'कारण मला जर आधी समजले असते की, काळ्या लोकांना नाट्यगृहात प्रवेश नाकारलाय, तर मी इथे आलेच नसते आणि नाटकही सादर केले नसते. मी कंपनीबरोबर केलेल्या करारामुळे वचनबद्ध आहे; पण जोपर्यंत काळ्या लोकांना परवानगी नाकारली जाते, तोपर्यंत मी इथे येऊन नाटक सादर करणार नाही.' इनग्रिडच्या ह्या वक्तव्यामुळे लोकांनी तिच्यावर जशी स्तुतीसुमने उधळली, तशी टीकाही केली; पण कुणाच्या दबावामुळे आपले मत बदलण्याजोगी ती लेचीपेची नव्हती. तिचा दृष्टिकोन नेहमीच सम्यक, मानवतावादी असे. पुढे काळ्यांना प्रवेश दिला गेला; पण तब्बल ७ वर्षांच्या प्रतिक्षेनंतर, झगडल्यानंतर. ह्या नाटकाचे पुढे चित्रपटात रूपांतर झाले. व्हिक्टर फ्लेमिंग हा ज्येष्ठ नट इनग्रिडचा असीम चाहता होता. हा सिनेमा प्रदर्शित झाला त्यानंतर आठवड्याभरातच ता. २५ जानेवारी १९४९ ला तो ख्रिस्तवासी झाला.

१९३४ ला एका स्वीडिश चित्रपटापासून सुरुवात झालेली इनग्रिड बर्गमनची चित्रपट कारकीर्द आता १९४८ मध्ये शिखरावर पोहोचली होती. आपल्या सहज सुंदर अभिनयाने तिने सिनेरसिकांच्या मनात मानाचे स्थान पटकाविले होते. सुरुवातीपासूनच तिने भूमिकातली विविधता टिकविली होती. चेहरा पूरक नसला तरी अभिनयाच्या जोरावर 'डॉ. जेकिल आणि मि. हाईड' या सिनेमात वेश्येची भूमिकाही स्वीकारायचं धाडस तिने केलं होतं व कसदार अभिनयाने ती यशस्वीही केली. इनग्रिड ही हॉलिवुडच्या 'बॉक्स ऑफिस'वरील प्रथम क्रमांकाची अभिनेत्री होती; पण पुढे तिच्या आयुष्यात एक वादळ घोंघावत आले आणि अमेरिकेने आपली दारे तिच्यासाठी बंद केली. घडलं असं१९४८च्या वसंत ऋतुमध्ये इनग्रिड व तिचा पती डॉ. पीटर लिंडस्टार्म (पीटरने एम. डी.चे शिक्षण पूर्ण झाल्यावर लॉस एंजल्सच्या न्यूरो सर्जरी डिपार्टमेंटमध्ये नोकरी धरली होती, त्यानी घरही विकत घेतले होते.) एका छोट्या चित्रपटगृहात 'ओपन सिटी' हा सिनेमा बघायला गेले. ९० मिनिटांच्या त्या सिनेमाने इनग्रिड अगदी भारावून गेली. तिला वाटले ह्या इटालिअन दिग्दर्शकाने इतका सुंदर चित्रपट बनविलाय; पण ह्या चित्रपटगृहातील बहुसंख्य खुर्च्या रिकाम्याच आहेत ! इतका दर्जेदार चित्रपट; पण प्रेक्षकांपर्यंत तो पोहोचतच नाहीय. 'ओपन सिटी'चे संगीत दिले होते रेन्झो रोझेलीनो ह्याने व त्याचा भाऊ रॉबर्टो रोझेलीनो चित्रपटाचा दिग्दर्शक होता. तिला ह्या दिग्दर्शकासंबंधी अधिक माहिति मिळविण्याची उत्कंठा होती; पण हॉलिवुडमध्ये ती मिळणे अशक्य होते. इतर भाषांतील सिनेमांना तिथे अभावानेच चांगला दर्जा देत असत.

त्यानंतर तिने ह्या दिग्दर्शकाने दिग्दर्शित केलेला दुसरा सिनेमा 'पायसन' पाहिला. तिला जाणवले, हीसुद्धा एक उत्कृष्ट कलाकृती आहे. हा दिग्दर्शक प्रतिभावंत आहे. माझ्यासारखी नावाजलेली अभिनेत्री अथवा नट अशांनी ह्या दिग्दर्शकाने चित्रीत केलेल्या चित्रपटात काम केल्यास त्याच्या चित्रपटाला व्यावसायिक यश मिळेल, कीर्ती मिळेल.

तिने रोझेलीनोला पत्र लिहिले, 'मी तुझे सिनेमा पाहिले, मला ते फार आवडले. तुला जर एखादी स्वीडिश नटी, जी आपली जर्मन भाषाही विसरली नाहीय व इंग्लिशही बोलू शकते, तुझ्या चित्रपटात अभिनय करण्यासाठी चालत असेल तर मला तुझ्या चित्रपटात काम करायला आवडेल.'

८ मे १९४८ ला बेनेडीक्ट कॅनियन ड्राईव्ह, बीव्हरली हिल, येथील इनग्रिडच्या निवासस्थानी रोझेलीनोकडून तार आली. 'मला आत्ताच तुझे पत्र मिळाले. कर्मधर्म संयोगाने आज माझा वाढदिवस आहे. मला वाढदिवसाची ही अमूल्य भेट आहे.' त्या काळी व्यापारी विमानसेवा जवळजवळ उपलब्धच नव्हती, बोटीने प्रवास करायलाही खूप दिवस लागत. तरीही सिनेमा मात्र जगभर सर्वत्र पोहोचला होता.

जगभराच्या रसिकांच्या हृदयात स्थान निर्माण केलेली चित्रतारका इनग्रिडला वाटलं, 'आपणास जसे वाटेल, तसे करण्याचा पूर्ण अधिकार आहे.' ती रोझेलीनोच्या चित्रपटात काम करण्यासाठी इटलीला निघून गेली. रोझोलीनोने 'स्ट्राम्बोली' हा चित्रपट बनवायला सुरुवात केली. ह्या दोघांच्या एकत्रित सिनेकारकिर्दीची ही सुरुवात होती. तो एक उमदा माणूस, वृत्तीने कलंदर, अभिजात कलाविष्कारासाठी चोखंदळ होता. इनग्रिडवर त्यांनी खूप प्रेम केले.

सिनेमा बनवित असताना, इनग्रिड रोझेलीनोच्या प्रेमात पडली. आजपर्यंत तिने खाजगी जीवन व चित्रपट व्यवसाय यामध्ये योग्य ते अंतर राखले होते; पण आता मात्र ती स्वत:वर ताबा ठेवू शकली नाही. ती गरोदर होती.

ज्या सिनेरसिकानी आजपर्यंत तिच्यावर भरभरून प्रेम केले होते ते सारे तिच्यासंबंधी काही बाही बोलू लागले. चोहोकडून टीकेचा भडीमार सुरू झाला; पण रोझोलीनो व त्याचे कुटुंबीय तिच्या पाठीशी होते.

२२ एप्रिल १९४९ ला इनग्रिडला 'मोशन पिक्चर्स असोसिएशन ऑफ अमेरिका'ने पाठविलेले व्हाईस प्रेसिडेंटच्या सहीचे पत्र मिळाले. पत्राचा मजकूर वाचून इनग्रिडला धक्काच बसला. 'असे समजते की, आपण घटस्फोट घेतलात, तुमच्या मुलीला अमेरिकेत सोडून दिले आणि रोबर्टो रोझेलीनोबरोबर लग्न करीत आहात. ह्यामुळे चित्रपटाची कलाकार ह्या आपल्या कारकिर्दीस क्षती पोहोचते. लवकरात लवकर ही बातमी निराधार असल्याचे कळवावे.'

इनग्रिडने तोपर्यंत एका मुलास जन्म दिला होता. त्याचे नाव रॉबर्टो (ज्यू) ठेवण्यात आले. त्यानंतर लॉस एंजल्सच्या कोर्टात पीटर व इनग्रिड यांचा घटस्फोट मंजूर झाला. रॉबर्टो रोझेलीनो व इनग्रिडने मॅक्सिकोमध्ये प्रत्यक्ष हजर न राहता 'बाय प्रॉक्सी' लग्न केले. रोझेलीनोच्या दिग्दर्शनाखाली अभिनेत्री म्हणूनही इनग्रिडची कारकीर्द बहराला आली. त्याच्याबरोबर चित्रीकरण केलेले सातही चित्रपट श्रेष्ठ दर्जाचे होते; पण 'टी अँड सिम्फनी' ह्या उत्कृष्ट चित्रपटातील इनग्रिडच्या अभिनयास सिनेरसिकांची सर्वात जास्त दाद मिळाली.

१९५२ मध्ये इनग्रिडने जुळ्या मुलींना जन्म दिला. इझाबेला व इनग्रिड (ज्यू) अशी नावे ठेवली. रॉबर्टोच्याबद्दल इनग्रिड म्हणते, 'रॉबर्टोच्या सहवासाने मला खूप आनंद झाला, त्याप्रमाणे अनेक अडचणींनाही तोंड द्यावे लागले. अडचणी, संकटे हा आयुष्याचाच एक अविभाज्य घटक असतो.'

इनग्रिडच्या विरोधातले वादळ शमले होते; पण त्याआधी ४ मार्च १९५० ला कोलाराडोच्या सन्माननीय सिनेटर एडवर्ड जॉन्सनने अमेरिकन सिनेटमध्ये इनग्रिड

बर्गमनच्या चारित्र्यावर शिंतोडे उडवित भाषण ठोकले होते. तो म्हणाला होता, 'मिस्टर प्रेसिडेंट, ह्या आधुनिक जगातही हॉलीवुडच्या चित्रपटाच्या सम्राज्ञीचे एका दिग्दर्शकाबरोबरचे अनैतिक संबंध व ती गरोदर असणे ही गोष्ट लाच्छनास्पद आहे. इनग्रिड बर्गमनने हे दुष्कृत्य करून विवाहसंस्थेच्या पावित्र्यावरच घाला घातला आहे. सिनेमाच्या निर्मितीसाठी निर्मात्यांना – नायिकांना परवानापत्र देण्याची व त्यासाठी काही ठराविक आचारसंहिता बंधनकारक करण्याचे बिल मांडावे असे माझे मत आहे.'

इनग्रिडच्या वैयक्तिक बाबींची दखल घेऊन अशी चारचौघात त्याचा पंचनामा मांडणे हे सारेच उद्वेगजनक होते.

तिला वाटत होतं, 'पत्रकार टीका करतात, त्यांच्या वृत्तपत्राच्या खपासाठी त्याना हे करावे लागते; पण अमेरिकेच्या घटनेची उभारणी सत्य, न्याय, स्वातंत्र्य या महान तत्त्वावर झालीय. तिथल्या एका सिनेटरने तरी असा खोटा आरोप करता कामा नये.' तो सिनेटर भाषणामध्ये शेवटी म्हणाला होता, 'आऊट ऑफ हर ऍशेस, मे कम ए बेटर हॉलिवुड' (हिच्या अस्थींतून एका चांगल्या हालिवुडचा उदय होईल.) इनग्रिड ही कटुता कधीच विसरली नव्हती; पण त्याच अमेरिकेत नॅशनल प्रेस असोसिएशनने तिला सन्मानाने बोलाविले होते. २० जानेवारी १९५७ला न्यूयॉर्कच्या रस्त्यावर 'इनग्रिड, आम्ही तुझ्यावर प्रेम करतो, असे फलक हातात घेऊन हजारो लोक रस्त्याच्या दुतर्फा उभे होते. ह्या स्वागताने इनग्रिडचे मन सुखावले.

हिवाळी अधिवेशनात तिला 'स्पेशल फिल्म क्रिटिक अॅवॉर्ड' देऊन गौरविले.

तिने त्यानंतरही हॉलिवुडमध्ये १० चित्रपटात काम केले. त्यातील 'द मर्डर ऑन द ओरिएंट एक्सप्रेस', 'द व्हिजिट' हे सिनेमे लक्षणीय होते. 'अॅनस्थेशिया' या चित्रपटासाठी तिला १९५६ मध्ये दुसरे ऑस्कर अॅवॉर्ड मिळाले. तसेच 'द मर्डर ऑन द ओरिएंट एक्सप्रेस'साठी तिसरे ऑस्कर अॅवॉर्ड मिळाले.

ह्याचवेळी तिने अनेक नाटकातही भूमिका केल्या होत्या. 'द कान्स्टन्ट वाईफ' ह्या नाटकाच्या वेळी घडलेली ही गोष्ट आहे. सेन्च्युरी सिटी येथे श्यूबर्ट थिएटरमध्ये प्रयोगाआधी चालताना एका वायरमध्ये पाय अडकल्यामुळे इनग्रिड खाली कोसळली. तिच्या घोट्याला दुखापत झाली. डॉक्टरांना बोलाविले. त्यांनी सांगितले, 'पाय प्लास्टरमध्ये घालावा लागेल.'

ह्यामध्ये बराच वेळ लागणार होता म्हणून संयोजकांनी बाहेर येऊन घोषणा केली, 'इनग्रिडच्या पायाला दुखापत झालीय. प्लास्टर घालण्याचे काम सुरू आहे. ह्यात बराच वेळ लागेल. नाटक सुरू होण्यास विलंब होईल. ज्यांना तिकीटाचे पैसे परत हवे असतील त्यांना तसे देण्याची व्यवस्था केली आहे.' प्लास्टर घालण्याचे काम पूर्ण झाल्यावर

इनग्रिडने चाकाच्या खुर्चीत बसून रंगूमीवर प्रवेश केला. तिला वाटले रिकाम्या खुर्च्या असणार; पण आश्चर्याची गोष्ट म्हणजे कोणीही तिकीटाचे पैसे परत घेतले नव्हते. प्रेक्षक कॉफी प्यायला, पाय मोकळे करायला बाहेर जाऊन परतले होते. सर्वजण इनग्रिडचा अभिनय पाहण्यासाठी थांबले होते. त्यानंतर दोन आठवड्यापर्यंत इनग्रिडने चाकाच्या खुर्चीत बसूनच ती भूमिका सादर केली.

इनग्रिड अपमानाचे शल्य विसरली नव्हती. त्यानंतर १९७२ मध्ये इनग्रिडने एका पत्रकाराला मुलाखत देताना सांगितले, जर कुणाची कबरच बांधावी लागली तर ती इनग्रिडची नसून हॉलिवुडच्या उद्योगाचीच असेल. त्यानंतर १९७२च्या मे महिन्यात सिनेटर चार्लस पर्सी सिनेटमधील भाषणात म्हणाला, 'मिस्टर प्रेसिडेट, ह्या सभागृहात जगातल्या सुंदर, अत्यंत बुद्धिमान, रुबाबदार अभिनेत्रीच्या चारित्र्यहननाचा प्रयत्न करण्यात आला, ही अत्यंत लाजिरवाणी गोष्ट आहे. आज मला इनग्रिड बर्गमनला आदराने मानवंदना करायची आहे.' हे वृत्त समजल्यावर इनग्रिडने सिनेटरला पत्र लिहून आभार व्यक्त केले.

रॉबर्टोबरोबरचे विवाहबाह्य संबंध व लग्न याबद्दल अमेरिकेत इनग्रिडविरोधात एवढे वातावरण तापावे याचे आज आश्चर्यच वाटतंय. कलाकाराने खाजगी आयुष्यात काय करावे हे ठरविण्याचा आपणास अधिकार आहे, असे लोकांना वाटते. इनग्रिडने पुढे रॉबर्टोबरोबर घटस्फोट घेऊन, लार्स स्शमिडर ह्या श्रीमंत स्वीडिश माणसाशी लग्न केले.

आयुष्याच्या अखेरच्या टप्प्यात इनग्रिडने 'अ वुमन कॉल्ड गोल्डा' या दूरदर्शनपटात इस्त्रायलच्या पंतप्रधान, 'गोल्डा मायर' हिची भूमिका साकारली. तिला या दूरदर्शनपटासाठी 'एमी' अ‍ॅवॉर्ड (मरणोत्तर) देऊन गौरविण्यात आले.

त्याच वर्षी १९८२ साली इनग्रिड बर्गमनचे निधन झाले. एक वादळ शमलं. लोकांनी तिच्यावर खूप प्रेमही केलं.

तिने सिनेमा व नाटके आणि टेलिव्हिजन या क्षेत्रात आपल्या कसदार अभिनयाने एक मानाचे स्थान मिळविले. इनग्रिड बर्गमन आपल्या मृत्यूनंतरही एखाद्या दंतकथेसारखी वैशिष्ट्यपूर्ण ठरलीय.

❖❖❖

व्यसनमुक्तीचा प्रवर्तक

बिल विल्सन

''त्याला दारुड्या, बेवडा काही म्हणा ! तुम्ही कोठून आलात, ह्यापेक्षा तुम्ही कोठे पोहोचलात, ही ओळख महत्त्वाची ठरते. चेंडूने उलट उसळी घेतली आणि त्यातून अवतार झाला, 'व्यसनमुक्तीच्या परमेश्वराचा.''

दारू पिणे, दारूच्या आहारी जाणे म्हणजे सर्वनाश ओढवून घेणे होय. दारू पिणे अत्यंत घातक आहे ही गोष्ट मद्यपींना कळते; पण वळत नाही. दारू सोडण्यासाठी अनेक जणांनी, अनेक प्रकारे प्रयत्न केले; पण त्यांना फारसे यश प्राप्त झाले नाही. 'अल्कोहोलिक ॲनानिमस' ह्या संघटनेच्या जगभरातील शाखांमधून जो पद्धतशीर उपक्रम राबविला जातो, त्या अंतर्गत बऱ्याच मद्यपींनी दारू कायमची सोडली. ह्या संघटनेची संकल्पना 'बिल विल्सन' ह्या अट्टल दारुड्या; पण भन्नाट बुद्धिमत्ता, कल्पनाशक्ती लाभलेल्या अवलियाची. त्याचे सारे जीवनच एका झंजावाती वादळासारखे होते.

बिल ग्रिफीट विल्सनचा जन्म २५ नोव्हेंबर १८९५ला अमेरिकेतील वर्मोंट ह्या राज्यातील ईस्ट डोर्सर येथे झाला. वर्मोंट ह्या फ्रेंच शब्दाचा अर्थ आहे 'हिरवे डोंगर.' या अर्थाला साजेसाच हा प्रदेश, तिथे नजर खिळवून ठेवणारे सृष्टीसौंदर्य आहे.

वर्मोंट ह्या फ्रेंच वसाहतीमधील पहिल्या काही रहिवाशांपैकी एक होते विल्सन कुटुंब. बेनिनग्रोन-मँचेस्टर रस्त्यावर विल्सन कुटुंबाचे छान, प्रशस्त घर होते. तिथूनच हाकेच्या अंतरावर बिलचे आजोळ-आईचे माहेर, ग्रिफिट कुटुंब.

विल्सनचे वडील गिलमन, आनंदी स्वभावाचे, खुशाल चेंडू वृत्तीचे होते. त्यामुळे त्यांना 'जॉली गिली' या टोपण नावाने संबोधत असत. ते वर्मोंटच्या इतिहासातल्या गोष्टी खूप खुलवून सांगत असत.

बिलला लहानपणाची एक ठळक आठवण होती. तेव्हा तो दहा वर्षांचा होता. १९०६ च्या वसंत ऋतुमध्ये एक दिवस त्याच्या आईने - एमिलीने-त्याला व त्याच्या बहिणीला- डोरोथीला-जवळच्याच डोव्हर पाँड या निसर्गरम्य ठिकाणी सहलीला नेलं होतं व तिथून परतताना सांगितलं होतं, 'तुमचे डॅडी कामानिमित्त परगावी गेले आहेत; पण ते आता कधीच परत येणार नाहीत. मीही कॉलेजमध्ये शिकायला बोस्टनला जातेय. डोरोथीला घेऊन जातेय; पण बिल, तू इथेच आजी-आजोबांजवळ रहा.' ते ऐकून बिलला वाटले, त्या स्वच्छ, शांत वातावरणात वीज कोसळलीय. तो फारच हादरला. अतिशय संवेदनशील मन असणाऱ्या बिलवर ह्या वज्राघाताचा खोल परिणाम झाला. आपला काही अपराध नसता, पोरकेपणाचे दुःख त्याला सहन करावं लागलं होतं. पुढे त्याला वर्षभरातच समजलं की आई-वडिलांचा घटस्फोट झालाय.

आई 'आस्टोपथी' ह्या विषयात डॉक्टरी शिक्षण घेण्यासाठी बोस्टनला गेली. त्याकाळी वकिलाची कायदेशीर मदत घेऊन घटस्फोट घेणे काय किंवा डॉक्टरी शिक्षण घेण्यासाठी बोस्टनला एकट्या बाईने जाणे काय, ह्या गोष्टी धाडसाच्याच होत्या.

ग्रिफीट कुटुंब बौद्धिकदृष्ट्या प्रगत होते. त्यामध्ये पुष्कळजण वकील, जज्ज, शिक्षक होते. बिलचे आजोबा, फेयेट ग्रिफीट हे ६४ वर्षांचे सधन बागाईतदार होते. त्यांनी कायद्याचा अभ्यासही केला होता. आपल्या मुलीच्या महत्त्वाकांक्षी योजनेस त्यांचा पाठिंबा व सहकार्य होते.

अचानक घडणाऱ्या ह्या दुर्दैवी घटनांमुळे आपला नातू काहीसा दुखावला आहे हे त्यांनी जाणले. नातवाशी जवळीक साधण्यासाठी ते वेगवेगळ्या विषयांवर त्याच्याशी बोलत. ज्या लोकशाही तत्त्वावर अमेरिकेची उभारणी झालीय त्यावर व वर्मोंट राज्यातील राजकारणाबद्दल ते बिलला समजावून सांगत. त्यांनी बिलला आपली रायफल व व्हायोलीन दिलं. तसेच केमिस्ट्रीचा सेटही दिला.

सृष्टीसौंदर्याची लयलूट असणाऱ्या त्या शांत, सुंदर प्रदेशात भटकताना, पक्ष्यांची किलबिल ऐकताना, बिलला छान वाटायचे. व्हायोलीनच्या सुरावटीत तो हरवून जाई. बिलला उपजतच संगीताची चांगली जाण होती. तो सुंदर व्हायोलीन वाजवायचा. जाझ–वॉल्झच्या सुरावटीच्या लयीमध्ये त्याचे एकटेपण, दु:ख विरून गेले. आजोबांना तो ब्रॅम्पा म्हणायचा. ते त्याला फार आवडतं.

ह्याच काळात बिलची, त्या गावात राहणाऱ्या; पण त्याच्यापेक्षा १० वर्षांने वडील असणाऱ्या मार्क व्हेलनबरोबर दोस्ती झाली. मार्कने कॉलेजशिक्षण घेतले होते. त्याचे वाचन, निरीक्षण चांगले होते. त्याच्या नादाने बिलनेही बरेच वाचन केले. मार्कस ट्वेन, चार्लस डिकन्स यांच्या वाङ्मयावर, तत्त्वज्ञानावर विशेषत: मार्कसच्या तत्त्वज्ञानावर ते चर्चा करीत. त्या काळचे राष्ट्राध्यक्ष थिओडोर रुझव्हेल्ट, एक कृतिशील विचारवंत होते. ते तरुणांचे आदर्श होते. मार्कबरोबरच्या गप्पांमधून बिलला जगामधील घडामोडींबद्दल समजत असे. तो बिलचा मित्र, तत्त्वज्ञ, मदतगार होता. एकदा एका रविवारी ईस्ट डोर्सरमध्ये, डोर्सर बोर्ड ऑफ होपने आयोजित केलेली मद्यपान निग्रहासंबंधी सभा झाली. संडे स्कूलला येणाऱ्या मुलांना दारूच्या थेंबाला न शिवण्याच्या प्रतिज्ञापत्रावर सह्या करायला सांगितले; पण तशी सही करायला बिलचा विरोध होता. दारू पिणे त्याला पसंत नव्हते. लहानपणी वडील दारू पिऊन येत. मग आईवडिलांचे भांडण होई, दारूचे दुष्परिणाम त्याने उपभोगिले होते, त्यामुळे तो कधीच दारू पिणार नव्हता; पण कुणी सांगितले म्हणून प्रतिज्ञापत्रावर सही करायला त्याचा विरोध होता.

ह्या सुमारास आजोबांनी बिलला शाळेत घालायचे ठरविले. मुलीबरोबर विचारविनिमय करून त्यांनी बिलसाठी 'बार व बर्टन' ह्या बोर्डींग स्कूलमध्ये आठव्या इयत्तेत प्रवेश मिळविला. सप्ताहाअखेर बिल घरी येई. त्यासाठी त्याला रेल्वेने ५ मैलांचा प्रवास करावा लागे व दोन मैलाची पायपीट करावी लागे. बिल या शाळेत छान रूळला.

दुसऱ्या वर्षी १९१२ मध्ये तो एक हुशार विद्यार्थी म्हणून शाळेत चमकला. फुटबॉलच्या टीमचा कॅप्टन, उंच उडीत प्रावीण्य मिळविणारा, शाळेच्या ऑर्केस्ट्रामध्ये व्हायोलीन वाजविणारा, नाटकात अभिनय करणारा, अभ्यासात ९०% मार्कस् मिळविणारा बिल, वर्गाचा प्रेसिडेंट म्हणून निवडून आला होता. त्याची बर्था बर्नफोर्ड नावाच्या एका भुऱ्या केसांच्या, सुंदर, गोडशा मुलीबरोबर मैत्री देखील झाली. बर्था जवळच्याच मँचेस्टर व्हीलेज येथील एपिस्कोपल चर्चच्या मिनिस्टरची मुलगी होती. बिल तिच्या घरी जात असे. तिच्या घरच्या लोकांना बिल आवडला होता. याच शाळेत बिलला एबी थॅचर सारखा जानी दोस्तही मिळाला.

एक दिवस शाळेमध्ये सकाळच्या प्रार्थनेनंतर शाळेच्या मुख्याध्यापकांनी बर्था बर्नफोर्ड ह्या विद्यार्थिनीच्या दुर्दैवी मृत्यूची दु:खद बातमी सांगितली व मृतात्म्यास

श्रद्धांजली वाहिली. न्यूयॉर्क येथे बर्थावर ॲपेंडिक्सची शस्त्रक्रिया केली होती, त्यावेळी झालेल्या अंत:स्त्रावामुळे ती मृत्यू पावली होती. ह्या घटनेमुळे बिल पार उद्‌ध्वस्त झाला. त्याला मानसिक नैराश्य आले. अभ्यासावर लक्ष एकाग्र करता येईना. बिलच्या आईला–एमिलीला वाटत होते, आपल्या मुलाने इंजिनिअर व्हावे. बिलला इंजिनांची, ती कशी चालतात हे जाणून घेण्याची स्वभावत:च आवड आहे व त्यामध्ये त्याला गतीही आहे, हे तिला ठाऊक होते. सध्याच्या मानसिक अवस्थेत अभ्यासावर लक्ष केंद्रित करणे बिलला फार कठीण जात होते. तरीही आईच्या आग्रहाखातर त्याने MIT ची प्रवेशपरीक्षा दिली; पण तो ती उत्तीर्ण होऊ शकला नाही.

आपल्या हुशार मुलाची ही अवस्था बघून, एमिली हताश झाली. तिने, बिलच्या आजोबा–आजींने, बिलला खूप समजाविले; पण ते ठरले, 'पालथ्या घड्यावरचे पाणी.' शेवटी एमिलीने त्याला त्याच्या वडिलांकडे पाठवायचे ठरविले. बिलचे वडील गिलमन, ब्रिटिश कोलंबियातील कॅनडियन मार्बल वर्कस्‌मध्ये मॅनेजर होते. त्यांना भेटायला बिल कॅनडाला गेला. सात वर्षानंतर बाप–लेकांची भेट होत होती. वडिलांनी या नव्या खाणीमध्ये नवा संसार थाटला होता. ख्रिस्टाईन नावाच्या स्त्रीशी विवाह केला होता. त्यांना हेलन नावाची मुलगी होती. (पुढील आयुष्यात बिलने या आईवडिलांची व बहिणीची खूप काळजी वाहिली.) वडिलांनी बिलचे स्वागत केले; पण त्यांच्याबरोबर बिलचे भावबंध फारसे जुळले नाहीत. त्यामानाने एमिलीबरोबर बिलचे जिव्हाळ्याचे संबंध होते, खूपसे प्रेम होते. बिल ईस्ट डोर्सरला परतला, तो स्वत:च्या दु:खातच गुरफटलेला असे. अमेरिकेत सत्तापालट होऊन डेमोक्रॅटिक पक्षाचे वुड्रो विल्सन राष्ट्राध्यक्ष झाले होते; पण हे सारे बिलपर्यंत पोहोचले नव्हते.

बिल रानावनातून निरुद्देश भटकत असे. एकदा तो एमराल्ड लेकमध्ये दुपारच्या वेळी बोट वल्हवित होता. तेव्हा तिथे बोट वल्हविणाऱ्या एका मुलीची भेट झाली. पुढे रोजच ती मुलगी दुपारी तिथे भेटू लागली. एकमेकांमध्ये संभाषण घडू लागले. बिलचे बोट वल्हविण्याचे कौशल्य, बोटीच्या प्रत्येक भागाची, त्याच्या उपयोगितेची त्याला असलेली माहिती व त्याचे लोभस व्यक्तिमत्त्व यावर ती मुलगी आकृष्ट झाली. बिल तेव्हा १८ वर्षांचा पोरसवदा तरुण होता; पण ही मुलगी लोईस २१ वर्षांची त्याच्यापेक्षा वयाने मोठी, पॅकर कॉलेज इन्स्टिट्यूटमधून पदवी संपादन केलेली तरुणी होती. तिचे वडील डॉ. क्लार्क बर्नहॅम, एक लोकप्रिय, श्रीमंत डॉक्टर होते. ते ब्रुकलीनला रहात; पण दर उन्हाळी सुट्टीमध्ये तिथे येऊन राहत. त्या छोट्याशा तलावात बोट वल्हविण्याची चढाओढ करीत असता झालेल्या ओळखीचे रूपांतर मैत्रीत झाले. सुट्टी संपली. लोईस ब्रुकलीनला परतली. बिलने नॉरविच युनिव्हर्सिटीमध्ये नाव दाखल केले व नॉर्थफिल्डच्या सैनिकी शाळेत तो शिक्षण घेऊ लागला. बिलची मानसिक स्थिती अजून सुधारली

नव्हती, त्याला छातीत धडधडण्याचा त्रास होता. डॉक्टरी तपासामध्ये कोणताच शारीरिक दोष आढळला नाही.

पहिल्या टर्ममध्ये तो अल्जिब्रामध्ये नापास झाला. आजोबांना आपल्या हुशार नातवाची दुरावस्था बघवेना. त्यांनी बिलसमोर एक योजना मांडली. आजोबांनी पॅकार्ड अथवा फोर्ड कंपनीची एजन्सी घ्यायची व बिलने त्या गाड्या विकायचे काम करायचे, अशी ती योजना होती. ती ऐकून बिल सुखावला, त्याचे नैराश्य पळून गेले. मोटारी कशा चालतात, हे त्याला ठाऊक होते. मोटारी, त्यांची इंजिने हे बिलचे आवडीचे विषय होते. आजोबांबरोबरच्या मोटारीच्या डिलरशिपसंबंधीच्या साध्या गप्पांमधून त्याला जगण्याची, उज्ज्वल भविष्यासाठी धडपड करायची उभारी मिळाली. ह्याही सुट्टीमध्ये बर्नहम कुटुंबाने त्या प्रदेशाला भेट दिली. लोईस आता यंग वुमेन्स ख्रिश्चन असोसिएशनमध्ये नोकरी करत होती. बिल तिला आपल्या जीवनाची दर्दभरी कहाणी ऐकवित असे. ते ती शांतपणे ऐकून घेई. बिलमध्ये आशेचे, प्रेरणादायी स्फुल्लींग चेतवण्याचा प्रयत्न करी.

बिल लोईसबरोबर बर्नहॅम कुटुंबाच्या सुट्टीतील निवासस्थानी जात असे. रात्रीच्या जेवणासाठी थांबायचा आग्रहही होई. लोईसच्या भावाबरोबर-रॉजर्सबरोबर बिलची मैत्री जुळली होती. सर्वजण त्याला खूप आपुलकीने वागवीत असत. लोईसचा बिलवर, त्याच्या क्षमतेवर विश्वास होता. त्या दोघांनी लग्न करायचे ठरवले; पण ही गोष्ट कुणालाच सांगितली नव्हती. बिलने आपल्या मित्राला, मार्कला ही गोष्ट सांगितली, तेव्हा तो म्हणाला, 'ती तुझ्यावर प्रेम करते, कारण तू सर्वांहून वेगळा ''बिल विल्सन'' आहेस.'

उन्हाळ्याच्या सुट्टीनंतर लोईस ब्रुकलीनला व बिल नार्विचला परतला. अभ्यासात लक्ष न लागण्याची जुनी तक्रार चालूच होती; पण आता हे रडगाणे ऐकून घेणारी प्रेयसी मिळाली होती.

१९१५ मध्ये पहिल्या महायुद्धाचे पडघम वाजू लागले. हे युद्ध बिलसाठी इष्टापत्तीच ठरले. अमेरिकेने जागतिक युद्धात भाग घेण्याचे घोषित केले व शाळा, कॉलेज बंद झाली. सर्व विद्यार्थी अचानक अमेरिकन राखीव सैन्यातील उमेदवार झाले. शाळेतील अभ्यासात रखडणाऱ्या बिलला युद्धाने वाचविले. शाळा-कॉलेजातील गुणवत्ता, शिस्त यांना आता दुय्यम स्थान होते. समाजात वीरश्रीचे वारे वाहत होते. त्यामुळे सर्व युवक समान पातळीचे, युद्धात भाग घेणारे सैनिक होते. युद्धावर जाण्यापूर्वी बरेच युवक आधी लग्नाच्या बोहल्यावर चढत होते.

बिल कोस्टल आर्टिलरी शाखेत रुजू झाला. त्याला न्यूयॉर्कला ऑफिसर्स ट्रेनिंग कॅम्पमध्ये शिक्षणासाठी पाठविले. तिथे त्याला मशिनगन चालू करायचे शिक्षण दिले. बिलला लहानपणीच आजोबानी बंदूक हातात दिली होती, तो अनेक वेळा दुपारी जंगलातून फिरत असे, पक्ष्यांची शिकार करीत असे. त्या सरावाचा त्याला फायदा

झाला. बिल चांगला नेमबाज होता. ६६व्या कोस्टल आर्टिलरी कार्पोरेशनमध्ये बिल सेकंड लेफ्टनंट होता. लवकरच त्याला फ्रान्समध्ये युद्धात भाग घेण्यासाठी जावयाचे होते. तो न्यू बेडफोर्डला होता. त्या ठिकाणाजवळच न्यू पोर्ट रोड आयलंड होते. तिथे युद्धावर जाणाऱ्या सैनिकांना रात्री मेजवान्या आयोजित केल्या जात. एकदा अशा पार्टीत कुणीतरी बिलच्या हातात जिन व संत्र्याचा रस यांच्या मिश्रणाच्या कॉकटेलचा ग्लास ठेवला. ह्यापूर्वी दारूच्या थेंबालाही त्याने स्पर्श केला नव्हता. बिलने ते पेय घेतले, त्याला ते आवडले. त्या दिवसापासून बिलने रोजच दारू प्यायला सुरुवात केली.

बिलचे युनिट लवकरच परदेश दौऱ्यावर जाण्यासाठी निघणार असल्याचे वृत्त पसरले होते. त्यामुळे बिल व लोईसने लग्न करून आपल्या प्रेमावर शिक्कामोर्तब करायचे ठरविले. २४ जानेवारी १९१८ ला ब्रुकलीनच्या स्वीडनबोर्डिअन चर्चमध्ये त्यांचे लग्न झाले व १८२ क्लिंटन स्ट्रीटवरच्या लोईसच्या वडिलांच्या घरी स्वागत समारंभ झाला. बिलच्या घरचे कोणीच लग्नाला उपस्थित राहू शकले नाही. कारण बिलची आई फ्ल्यूने आजारी होती. लग्नानंतर ती दोघे न्यू बेडफोर्ड येथील भाड्याच्या घरात राहू लागली. आयुष्यात जे स्वप्न पाहिले होते, ते सत्यात अवतरले असे बिलला वाटून गेले. बिलला युद्धासाठी युरोपला जहाजाने जायचे होते. लोईसच्या डोळ्यात निरोप देताना खूपसे प्रेम व उबदार आशिर्वाद पाहून बिलला भरून आले.

एका जुन्या ब्रिटिश लढाऊ जहाजावर बिलने पाय ठेवला. प्रवासामध्ये पिण्यासाठी पुष्कळ दारू उपलब्ध होती. दारू प्यायल्यावर बिलला वाटायचे, आपण खूप शूरवीर आहोत. जहाज आग्नेय दिशेने मार्गक्रमण करू लागले. आयरीश समुद्रात जर्मनांनी सुरूंग पेरले होते. एका रात्री पहारा करण्याची कामगिरी बिलवर सोपविली होती, तेव्हा जहाजावर जोराचा हादरा बसला. जहाजाच्या तळातील सैनिक घाबरून डेकवर धावत आले. बिलकडे त्यांना थोपवायचे काम होते. बिलने आपली बंदूक बाहेर काढली व डेकच्या दरवाजावर तो उभा राहिला. दाराकडे येणाऱ्या सैनिकांना बिलने धमकाविले. बंदुकीचा वापर करावा लागला नाही. ओरडण्यानेच काम साधले. त्यामुळे बिलचा आत्मविश्वास वाढला, त्याला मनोमनी वाटलं आपण या सैनिकांचे नेतृत्व करणारे शूरवीर आहोत.

आर्मीमध्ये असणे बिलच्या पथ्यावर पडले. इथे कुणीच अपयशी नव्हते वा श्रेष्ठ नव्हते. इथे आपली पात्रता सिद्ध करावी लागत नव्हती, जिथे जाऊ तिथे दारू प्यायला मिळत होती. बिलला इंग्लंडमधून प्रवास करावा लागला, नंतर फ्रान्सच्या खेड्यांना भेटी द्यायला लागल्या. त्यांच्या रेजिमेंटला प्रत्यक्ष युद्धात कधीच भाग घ्यावा लागला नाही. फ्रान्समध्ये तो फ्रेंच भाषा शिकला.

जेव्हा युद्धबंदीच्या तहावर सह्या झाल्या तेव्हा बिलची रेजिमेंट एका छोट्या गावात होती. त्या गावात दोन दिवस मेजवानी चालू होती. जेव्हा बिल अमेरिकेला पोहोचला तेव्हा त्याच्या स्वागतासाठी लोईस बंदरावर उभी होती.

युद्धामध्ये भाग घेतला तेव्हा सर्वांचा एक समान हेतू होता, युद्ध जिंकणे, स्वत:चा जीव वाचविणे; पण युद्धावरून परतल्यावर मात्र बिलच्या जुन्या दोषांनी - भीती व आत्मविश्वासाचा अभाव- डोके वर काढले. आता पैसे मिळविण्यासाठी कोठलेच कौशल्य नसणारा, कॉलेजची पदवी नसणारा तो एक बेकार तरुण होता. मेव्हण्याच्या ओळखीने बिलला न्यूयॉर्क सेंट्रल रेल्वेच्या इन्शुरन्स खात्यात कारकुनाची नोकरी मिळाली. सैन्यात ऑफीसर म्हणून पद भूषविणाऱ्यांसाठी ही पदावनती होती. बिल दारूच्या आहारी गेला, कामाच्या ठिकाणी दारू पिऊन येण्यामुळे त्याला नोकरीवरून काढून टाकले. अनेक नोकऱ्या झाल्या, बिलचे दारूचे व्यसन वाढतच गेले.

लोईस शांत, नको एवढी समंजस होती, फारशी चिकीत्सक नव्हती. तिला वाटायचे निसर्गाच्या सान्निध्यात, बिल खूप आनंदी असतो, तो दारू पीत नाही. तिने आपल्या परीने बिलच्या दारूच्या व्यसनावर उतारा शोधायचा प्रयत्न केला. एक महिन्याची ईस्ट डोर्सरची सहल आयोजित केली. आजोबांना, मार्क व्हेलन (मित्राला) भेटून बिलला आनंद वाटला.

थॉमस अल्वा एडिसन हा शास्त्रज्ञ बिलचा आदर्श होता. त्याचे चरित्र त्याने अभ्यासले होते. त्याच्या वीज, रेडिओ, ॲटोमोबाईल इंजिन इ. शोधाबद्दल त्याने अभ्यास केला होता. एडिसन आता ७३ वर्षांचा होता. त्याने आपल्या न्यू जर्सी येथील ईस्ट ऑरेंज प्रयोगशाळेच्या वतीने एक चाचणी स्पर्धा आयोजित केली. ह्या परीक्षेस बसण्यासाठी कोठल्याही पूर्व शिक्षणाची अट नव्हती. एडिसनच्या मते कामे चटपट, यशस्वीपणे उरकणे हेच यशाचे इंगित होते. या स्पर्धेत ४५ जणांनी भाग घेतला. त्यातला बिल विल्सन एक होता. एडिसनची परीक्षा ही अचूक निरीक्षणाची परीक्षा होती. त्यासाठी २८६ प्रश्न विचारले होते. एका संध्याकाळी न्यूयॉर्क टाईम्सच्या बातमीदाराने बिलच्या दाराची घंटी वाजविली, बिल टेस्टमध्ये उत्तीर्ण झाला होता. बिलला आदर्शवत असणाऱ्या एडिसनच्या मार्गदर्शनाखाली त्याच्या प्रयोगशाळेत काम करण्याची संधी प्राप्त झाली होती. बिलच्या उत्तरपत्रिकेवरून एडिसनला जाणवले होते, ह्या मुलाला संगीताचे व ध्वनीशास्त्राचे चांगले ज्ञान आहे, निरीक्षणशक्ती अचूक आहे. बिलच्या आयुष्यात एक फार मोठी संधी चालून आली होती; पण बिल एडिसनकडे गेलाच नाही.

त्या काळात शेअरबाजारात तेजी होती. शेअर बाजारातील उलाढालीचे बिलला खूप आकर्षण वाटायचे. ९ ते ५ ह्या वेळात नोकरीमध्ये जखडून घेण्याचा त्याला तिटकारा होता. लोईसच्या बालमैत्रिणीचे, फ्रँक शॉ ह्या वॉल स्ट्रीटवरील गणमान्य असामीबरोबर

लग्न झाले होते. फ्रँकला बिल आवडायचा. त्याने बिलला आपल्याबरोबर काम करण्यासाठी विचारले. बिलने ते तात्काळ मान्य केले.

आजोबांनी बिलला आपली कायद्याची पुस्तके दिली. बिलने कायद्याच्या अभ्यासासाठी नाव नोंदविले. फ्रँककडे काम करणे, कायद्याचा अभ्यास करणे व रिकाम्या वेळात दारू पिणे, हा बिलचा आवडीचा दिनक्रम बनला. १९२२ मध्ये बिलने कायद्याचा अभ्यास पूर्ण केला; पण बिलने वकील व्हावे ही आजोबांची इच्छा पूर्ण झालीच नाही. बिल शेवटच्या परीक्षेला बसला नाही. दारू पिऊन बेहोश होऊन पडला होता.

ह्या काळात लोईस नोकरी करायची. त्यावरच चरितार्थ चालला होता. लोईसने १००० डॉलर्स वाचविले होते. बिलने पैसे मागितले. लोईसने ते देऊन टाकले. बिल हे पैसे दारूत उडविणार ह्याची तिला खात्रीच होती; पण आश्चर्य म्हणजे त्याने ह्या पैशामधून जनरल इलेक्ट्रिक कंपनीचे शेअर्स खरेदी केले. त्या शेअर्सचा भाव दसपटीने वाढला. हे पाहून तिला वाटले; 'बिल इतका काही वाईट नाहीय.' लोईसच्या पगारात त्यांचे चांगले भागत होते. त्यामुळे त्या दोघांनी ठरविले, आपणाला आता एखादे मूल हवे. बिलला वाटायचे आपल्या मुलाचे डोळे लोईससारखे हसताना बारीक होणारे, तेजस्वी असावेत व स्वभावही तिच्यासारखाच प्रेमळ असावा; पण ही इच्छा पूर्ण होऊ शकली नाही, लोईसचा तीनदा गर्भपात झाला.

बिल जेव्हा प्यायलेला नसे, तेव्हा तो आपली सारी शक्ती शेअरबाजारातील उलाढालीवर केंद्रित करी. फिडेलिटी व गॅरंटी ह्या कंपनीसाठी तो कर्जवसुलीचे काम करीत असे. त्याला जाणवले, लोक शेअर्समध्ये पैसे गुंतवितात. तेव्हा ते कुठल्याही कंपनीचे शेअर्स खरेदी करतात. मार्केट रिसर्च ही कल्पनाच जेव्हा अस्तित्वात नव्हती, तेव्हा त्याने मार्केट अॅनॅलिस्ट म्हणून नाव कमावले.

ह्या काळात बिलचे दारू पिणेही वाढले होते. लोईसला वाटायचे, दोघांनी एकत्र प्रवास करणे हा यावर उतारा आहे. बिलला जनरल इलेक्ट्रिक कंपनीसाठी माहिती गोळा करायचे काम करावयाचे होते. १९२५च्या एप्रिलमध्ये त्या दोघांनी प्रवासास सुरुवात केली. एका तीन चाकी टेम्पोमधून ते प्रवास करीत. आवश्यक ते कपडे, रेडिओ, स्टोव्ह, धान्य बरोबर घेतले होते. त्यांनी पेनसिल्व्हानिया, फ्लोरिडाला भेट दिली. बिलच्या आईला भेटले. तिने आता चार्लस स्ट्रॉबेल या डॉक्टरशी लग्न केले होते. त्या जुन्या काळात नवऱ्याशी कायदेशीर फारकत घेऊन, दोन मुले पदरात असूनही डॉक्टरीचे शिक्षण पूर्ण करणारी एमिलीसारखी मनस्वी स्त्री विरळाच म्हणायला हवी. ह्या प्रवासात पैशाची चणचण भासे तेव्हा बिल-लोईस मिळेल ते काम करीत. सफरचंदे तोडणीचे काम करून त्यानी एक महिनाभर गुजराण केली होती.

प्रवासामध्ये स्केनेक्टडी येथे एका गुत्त्यामध्ये बिलची जनरल इलेक्ट्रिक कंपनीच्या कामगारांबरोबर गाठ पडली. त्या कामगारांनी बिलला कारखान्याला भेट देण्याचे निमंत्रण दिले. बिलने कारखान्याला भेट दिली. कामगारांनी त्याला जनरल इलेक्ट्रिकच्या रिसर्च लॅबोरेटरीची पूर्ण सहल घडविली. भविष्यातील योजनांची माहिती दिली. दुसऱ्या दिवशी बिलने जनरल इलेक्ट्रिक कंपनीच्या कामासंबंधी सविस्तर अहवाल लिहिला व तो फ्रँक शॉकडे पाठवून दिला. बिलला समजून चुकले, एखाद्या कंपनीच्या कामाची माहिती मिळविण्यासाठी अधिकारी वर्गाला भेटून काहीच फायदा होत नाही. त्याऐवजी कामगारवर्गात मिसळून, तळापासून माहिती गोळा केल्यास कंपनीच्या सद्यस्थितीची कल्पना येते.

त्यानंतर बिलने हीच पद्धत वापरून जायंट पोर्टलँड सिमेंट प्लान्टमध्ये, पेनसिल्व्हानिया येथे कामगार म्हणून प्रवेश केला. साऱ्या प्लान्टची पाहणी केली. त्याला जाणवले कंपनीचे मूल्यमापन चुकीच्या पद्धतीने झाल्यामुळे शेअर्सची किंमत खूपच कमी आहे. बिलने फ्रँक शॉच्या राईस अँड कंपनीला फोन केला. त्यांनी १५ डॉलर किंमत असलेले ५००० शेअर्स खरेदी केले. बिलला १०० शेअर्स दिले. शेअर्सचा भाव ७५ डॉलर झाला.

ह्याच धर्तीवर बिलने फॉस्फेट, रबर, लोखंड फॅक्टरीतून कामगार म्हणून शिरकाव करण्याचे, कंपनीचे मूल्यमापन करण्याचे आणि शेअर्सची खरेदी-विक्री करणे, हे तंत्र वापरले. बिलचाही फायदा झाला. राईस कंपनीचे नशीब फळफळले. वॉलस्ट्रीटवरील एक निष्णात माणूस म्हणून बिल खूप प्रसिद्ध होता. त्याने डॉज गाडी घेतली. त्यानंतर पॅकॉर्ड गाडी घेतली. वॉल स्ट्रीटच्या कामाचा दिवस दुपारी ३ वाजता संपे. तोपर्यंत तो दारूच्या थेंबाला स्पर्श करीत नसे; पण त्यानंतर व्हिस्कीच्या एका पेल्यापासून सुरुवात करून, रात्रीपर्यंत बिल दारू पिऊन तर्र अवस्थेत ब्रुकलीन सबवेजवळ पडलेला असे.

हा काळ अमेरिकेमध्ये राष्ट्राध्यक्ष कॅलव्हीन कूलींग्जच्या कारकिर्दीचा, आर्थिक भरभराटीचा काळ होता; पण हा काळ बिल-लोईसच्या वैवाहिक जीवनातील अत्यंत तणावपूर्ण काळ होता. बिलने खूप पैसा मिळविला व दारूपायी गमाविला. बिल रोज रात्री झिंगून घरी यायचा. एकदा लोईसने तो घराबाहेर जाऊ नये, म्हणून त्याचे बूट खिडकीतून बाहेर फेकले व ती बापाच्या घरी राहायला गेली. शुद्धीवर आल्यावर बिलने लोईसची क्षमा मागितली. हे नेहमीचेच झाले.

स्टॉक मार्केट १९२९ला गडगडले. आर्थिक उत्पात झाला. बिलचेही पैसे बुडाले. बिलने मॉंट्रीअल येथे राहणाऱ्या आपल्या डिकजॉन्सन ह्या शेअरदलाल मित्राला फोन केला. बिलच्या सल्ल्यामुळे ह्या मित्राचा खूप फायदा झाला होता. त्याने बिलला आपल्या ग्रीन शील्ड कंपनीत काम देऊ केले. शेअर बाजारातील उत्पातामुळे अमेरिकेवर

आर्थिक अरिष्ट ओढविले असले, तरी तेव्हा कॅनडात आर्थिक स्थैर्य होते. बिल व लोईस मॉंट्रीयलला गेले; पण तिथेही बिलने हाती आलेली चांगली संधी दारूपायी गमावली. ते परत अमेरिकेला आले. लोईसला मेसी कंपनीत काम मिळाले. बिलला मॅनहॅटन येथील स्टॅनले स्टॅटिस्टिक्समध्ये नोकरी मिळाली. त्याला जाणवले, कंपनीच्या सुदृढ आर्थिक स्थितीच्या तुलनेत, कंपनीचे शेअर्स फार कमी भावाने विकले जात आहेत. त्याला सिंडीकेट स्थापन करण्याची कल्पना सुचली. आर्थर व्हीलर व विन्टाझ ह्या बड्या गुंतवणूकदारांनी त्या कल्पनेचे स्वागत केले. सिंडीकेटमध्ये बिलचा समावेश होता; पण एका अटीवर – मद्यपान केल्यास हकालपट्टी होईल. सिंडीकेटचा प्रयोग यशस्वी ठरला. जेव्हा अमेरिकेत बेकारीने उग्र रूप धारणे केले होते, सर्व ठिकाणी ब्रेडलाईन्स होत्या, तेव्हा ह्या आर्थिक अरिष्टाची झळ बिलला लागली नाही. १९३३ मध्ये मद्यपानबंदी उठली–बिलचे दारूचे व्यसन दिवसेंदिवस वाढतच होते. पैसा मिळत होता; पण दारूपायी जात होता. राहते घर गहाण पडले होते; पण लोईस ज्या मेसी कंपनीत काम करीत होती त्या कंपनीने मदतीचा हात दिला.

आता बिललाही वाटू लागले होते, आपण दारू सोडायला हवी. दारूच्या धुंदीत, आपण काय केलं ते आठवायचं नाही. त्याला वाटायचं आपण गुन्हा तर केला नाही ना?

बिलच्या मेव्हण्याने त्याला टाऊन हॉस्पिटलमध्ये भरती केले. जे लोक आगाऊ पैसे भरत अशांवरच इथे उपचार केले जात. येथील मुख्य डॉक्टर होता डंकन सिल्कवर्थ. स्टॉक मार्केटच्या क्रॅशमध्ये त्याचे सर्व पैसे बुडाले होते; पण आता तो लोकांची दारू सोडविण्याचे सेवाभावी कार्य करीत असे. त्याने बिलला पटविले, काही लोकांना दारूची ॲलर्जी असते, त्यामुळे ते दारूचा सुरक्षितपणे वापर करूच शकत नाहीत. बिलने काही दिवस दारू प्यायली नाही; पण पुन्हा जैसे थे! १९३४ मध्ये त्याला पुन्हा टाऊन हॉस्पिटलमध्ये भरती केले. डॉक्टरांनी यावेळी त्याला बजावले, हे व्यसन असेच चालू राहिले तर यापुढे त्याला आधाराश्रमात (asylum) पाठविण्यात येईल. बिलने लहानपणी आजोबांबरोबर फिरताना ब्रटलबोरी येथला असला आश्रम, तिथल्या वृद्धांचे भकास चेहरे पाहिले होते. आपली अशी अवस्था होणार या विचाराने तो हादरला.

एकदा त्याचा जुना मित्र एबी आपल्या कार्नेल व हझर्ड या मित्रांबरोबर बिलला भेटायला आला होता. त्याच्याचप्रमाणे दारू ढोसणाऱ्या एबीने दारूच्या थेंबालाही स्पर्श केला नाही. तो तेव्हा कॅलव्हरी मिशनमध्ये राहत होता. त्याच्याकडे एकदा बिल गेला तेव्हा एका हॉलमधील लाकडी बाकांवर दारूच्या अमलाच्या वेगवेगळ्या अवस्थांमध्ये असलेले डझनभर लोक बसले होते. त्या खोलीत दारूच्या व घामाच्या दुर्गंधीचा वास भरून राहिला होता. काही स्तोत्रांचं पठण व उपदेशपर भाषण झालं व धर्मोपदेशक

म्हणाले, 'इथे येण्याची येशूकडून प्रेरणा मिळालीय अशा कुणा व्यक्तीस काही सांगायचे आहे का?' अर्धवट प्यायलेल्या अवस्थेतील बिल आपल्या जागेवरून उठला. त्याने आपले आयुष्य ईश्वरचरणी वाहिले व देवाकडे मुक्तीची याचना केली. यामुळे बिलच्या मनावरचे ओझे उतरले. त्याला मन:शांती मिळाली. घरी परतण्याच्या वाटेवर पुष्कळ दारूचे गुत्ते होते. तिथे जाण्याचे आकर्षण टाळणे पूर्वी त्याला अशक्य वाटायचे; पण आता त्याला वाटले आपणास दारूची ॲलर्जी आहे व त्यापासून दूर राहायचा आपणाला आता इलाज सापडलाय.

त्या रात्री बिलने लोईसला आपल्या सर्व अनुभवाचे कथन केले, दारूच्या थेंबाला स्पर्शही न करता बिल झोपू शकला.

लोईस कामावर गेली. घरी येऊन पाहते तर बिलने खूप दारू ढोसली होती व तो झोपला होता; पण त्याच्यामध्ये एक बदल झाला होता. तो आपल्यात दोष आहेत व आपणास ते सुधारायला हवेत याची त्याला नव्यानेच जाणीव झाली होती.

त्यानंतर बिलने ऑक्सफर्ड ग्रुपला भेट दिली. तिथे त्याने, तो नास्तिक होता तरीही, देवाकडे मदतीची याचना केली. आपल्या या अनुभवाबद्दल त्याने पुढे लिहून ठेवले आहे, ''खोली धवल प्रकाशाने उजळून निघाली. मला अवर्णनीय अत्यानंदाच्या लहरीने घेरले. माझ्या मन:चक्षूसमोर एक डोंगर होता. मी त्याच्या शिखरावर उभा होतो. जोराचा वारा वाहत होता; पण हा वारा हवेचा झोका नव्हता, चैतन्यपूर्ण होता. तो माझ्या नसानसांतून वाहत होता. नंतर एक लखलखता विचार चमकला. 'तू मुक्त जीव आहेस.' त्या दुपारी बिलने आपला हा अनुभव डॉ. सिल्कवर्थना सांगितला. ते म्हणाले, 'पुष्कळांना असे भ्रम होतात.' बिलला खात्री होती, आपण देवाचा आवाज ऐकला. त्यानंतर बिलमध्ये खूप बदल झाला. तो आस्तिकतेकडे झुकत होता.

बिलच्या मित्राने, एबीने त्याला विलियम जेम्सचे 'व्हरायटीज ऑफ रिलिजिअस एक्सपिरिअन्सेस' हे पुस्तक वाचायला दिले. ह्या पुस्तकात आध्यात्मिक उन्नती झालेल्या मद्यपींच्या कथा होत्या. लेखकाने ह्या पुस्तकात 'संपूर्ण शरणागती' संबंधी लिहिले होते. ते पुस्तक वाचून बिलची खात्री झाली, 'जगात देवाचे अस्तित्व आहे. आत्मिक उन्नती व संपूर्ण शरणागती हे दारूचा त्याग करण्याच्या प्रक्रियेमधील दोन आवश्यक टप्पे आहेत.'

पण बिलने हे ओळखले की, व्यसनमुक्ती चळवळीची नाळ चर्चबरोबर जोडता कामा नये. वास्तविक पाहता स्वत: बिल व अल्कोहोल ॲननिमस ह्या संस्थेचा सहसंस्थापक रॉबर्ट स्मिथ हे दोघेही सश्रद्ध ख्रिश्चन होते.

अमेरिकेतील धार्मिक स्वातंत्र्याचा इतिहास तसा फार जुना आहे. अमेरिकेतील

दारूच्या व्यसनाचाही इतिहास तितकाच जुना आहे. इंग्लंडहून ज्या पाखंडी लोकांना धर्म–बहिष्कृत केले व अमेरिकेला धाडले त्यांना अमेरिकेला येताच आपापल्या धर्माचे पालन करायचे स्वातंत्र्य मिळाले. अर्थातच ते लोक दारूही पीत असत.

ऑक्सफर्ड ग्रुपसंबंधी

बिल विल्सन जेव्हा पुन्हा ऑक्सफर्ड ग्रुपमध्ये आला, तेव्हा तो दारूच्या व्यसनातून मुक्त झालेला होता. दारूचे व्यसन सोडविण्यासाठी ते जे पद्धतशीर प्रयत्न करीत असत त्याचा बिलने अभ्यास केला. त्याच पद्धतीचे अनुकरण करायचे त्याने ठरविले.

बिल विल्सन टाऊन हॉस्पिटलमधील एखाद्या मद्यपीला गाठत असे. त्याला तो दारूच्या व्यसनातून मुक्त होण्यासाठी संपूर्ण शरणागतीचा गुरूमंत्र देई. त्याने व्यसनाधीन लोकांचा एक ग्रुप बनविला होता. पुष्कळ प्रयत्न करूनही ते लोक दारू सोडत नसत. बिल निराश होई. लोईसला त्याबद्दल तो सांगायचा. लोईस म्हणत असे, 'तुझ्या ह्या व्यसनमुक्तीच्या कार्यक्रमामुळे तुला स्वत:ला नक्कीच फायदा होतोय.' ह्या काळात ऑक्सफर्ड ग्रुपमध्ये नव्यानेच आलेल्या डॉ. रॉबर्ट स्मिथबरोबर बिलचा परिचय झाला. डॉ. स्मिथ बिलपेक्षा १५ वर्षांनी मोठे होते. ते ईस्ट डोर्सरच्या इशान्येस असणाऱ्या सेंट जोहन्सबर्गचे होते. अर्कन सिटी हॉस्पिटलमध्ये डॉक्टर म्हणून नोकरीला होते. पुढे त्यांना दारूचे व्यसन लागले व त्यांची नोकरी सुटली. बिलने रॉबर्ट स्मिथना– ते 'बॉब' ह्या टोपण नावाने ओळखले जात– दारूच्या शारीरिक, मानसिक दुष्परिणामाबद्दल खूप समजाविले.

बॉब स्मिथना अटलांटा शहरात मेडीकल कॉन्फरन्ससाठी जावयाचे होते; पण ते दारूच्या नशेत बेहोष होऊन पडले होते. त्यामुळे जाऊ शकले नाहीत. त्यांची बायको ॲना व बिल रात्रंदिवस त्यांच्या बिछान्याजवळ बसून होते. बिलने त्यांना खूप समजाविले. त्यांचे दारूचे व्यसन सुटले; पण ते आत्मविश्वास गमावून बसले.

एक दिवस बिल त्यांना हॉस्पिटलमध्ये घेऊन गेला. त्यांना एका तरुणावर शस्त्रक्रिया करावयाची होती. बिलने त्यांना धीर दिला. बॉबच्या हाताला कंप सुटला होता. दारू सोडण्याचे हे विथड्रॉवल सिम्प्टम्स होते. बिलने त्यांच्या हातात बिअरची बाटली दिली. बॉब स्मिथनी एकच घुटका घेतला. बॉबनी यशस्वीपणे ऑपरेशन केले. त्यांनी घेतलेली ती शेवटची दारू ठरली होती.

१० जून १९३५ हा दिवस – अल्कोहोल ॲनानिमस या संस्थेच्या स्थापनेचा दिवस. बॉब व त्याची पत्नी ॲना ह्यांच्या साहचर्यामुळे बिलचा अर्कन येथील उच्चश्रेणीच्या सामाजिक वर्तुळात शिरकाव झाला.

व्यसनाधीन व्यक्तींबरोबर कशाप्रकारे संवाद साधावा, त्यांना कसे समजवावे, या कार्यप्रणालीवर बिल व बॉब सतत चर्चा करीत असत. बिल व बॉब यांच्या प्रयत्नांमुळे ज्यांची दारू सुटली ते पहिले लाभार्थी होते, फिझ मेयो व हँक पार्कहर्स्ट.

बिलच्या सासऱ्याच्या घरातील हॉलमध्ये दर मंगळवारी व्यसनाधीन लोकांची मिटिंग व्हायची. तेव्हा बिल स्वत:ची ओळख करून द्यायचा, 'माझे नाव बिल. मी एक दारुड्या आहे' व स्वत:ची गोष्ट सांगायचा. बिलचे वक्तृत्व प्रभावी होते. व्यक्तिमत्त्व छाप पाडणारे होते. त्याच्या कथनामध्ये आंतरिक तळमळ जाणवायची. चार्लस टाऊनने बिलला सुचविले होते, त्याच्या रुग्णालयामध्ये बिलने समुपदेशक म्हणून नोकरी करावी. हे सुचविण्यात बिलला आर्थिक मदत करायचा हेतू होता. तसेच हॉस्पिटलला आर्थिक लाभ होईल, हा स्वार्थी हेतूही होता. बिलने ही नोकरी नाकारली. त्याचे मत होते ह्या उदात्त कार्यासाठी व्यावसायिक म्हणून काम करण्यामुळे, व्यसनाधीन लोकांना मदत करण्याच्या पवित्र कार्यात बाधा येईल.

ऑक्सफर्ड ग्रुपमध्ये येणारे लोक समाजातील उच्च स्तरातील, सुशिक्षित, सधन असत. याउलट बिलकडे मिटींगला येणारे दारुडे कष्टकरी समाजातले, सामान्य लोक होते. आपल्या ह्या नवीन संघटनेच्या वाटचालीमध्ये ऑक्सफर्ड ग्रुपचे मोठे योगदान आहे, असे बिल कृतज्ञतापूर्वक सांगे.

फ्रँक बुचमन, हा ऑक्सफर्ड ग्रुपमधील सभासद जर्मनीला गेला व ॲडॉल्फ हिटलरला भेटला. त्याला वाटले दारूच्या थेंबालाही स्पर्श न करणाऱ्या ह्या महान व्यक्तीमुळे ऑक्सफर्ड ग्रुपच्या व्यसनमुक्ती कार्यास खूप चालना मिळेल.

पण पहिल्या महायुद्धात जर्मनीने जी कृष्णकृत्ये केली होती, ती अमेरिकन व ब्रिटिश जनता अजून विसरली नव्हती. १९४१ मध्ये रेव्हरेंड शूमेकर व कॅल्व्हरी मिशन या संघटनांनी ऑक्सफर्ड ग्रुपशी असलेले आपले संबंध तोडून टाकले. अशा प्रकारे ऑक्सफर्ड ग्रुपच्या कार्यास खीळ बसली. ह्या काळात बिल व बॉब यांनी व्यसनमुक्तता झालेल्या १८ लोकांची एक मिटिंग घेतली. ज्या लोकांचे व्यसन आता काबूत आहे; पण त्यांना वैद्यकीय मदतीची आवश्यकता आहे, अशांसाठी एखादे हॉस्पिटल उभारायच्या प्रकल्पावर व त्यासाठी पैशाच्या उभारणीवर विचार केला गेला.

त्या काळात बिल व बॉब यांनाही अनेक आर्थिक अडचणींना तोंड द्यावे लागत होते. बँकेचे ३००० डॉलरचे कर्ज बाकी असल्यामुळे बॉबच्या राहत्या घराचा बँकेकडून लिलाव होणार होता. बिलचा सासरा स्टॉक मार्केटच्या उत्पातानंतर कर्जबाजारी झाला होता. त्यामुळे त्याच्या राहत्या घराचा, क्लिंटन हाऊसचाही लिलाव होणार होता.

बिलच्या मेव्हण्याच्या मित्राची, जॉन रॉकफेलर (ज्यू)शी ओळख होती, जे दारूसेवनाच्या विरोधात होते. त्यामुळे ते ह्या संघटनेस भरघोस मदत करतील, अशी

अपेक्षा होती; पण त्यांनी स्वत:चे फक्त ५००० डॉलर संस्थेसाठी दिले. बॉब व बिलला दर आठवड्याला प्रत्येकी ३० डॉलर स्टायपेंड देऊ केला; पण त्यांच्या मदतीने 'अल्कोहोल ॲनानिमस' फाऊंडेशनची स्थापना झाली. ह्यात ५ मेंबर होते – ३ दारू न पिणारे व २ व्यसनमुक्त झालेले. ह्याचवेळी बिलने 'बिलची गोष्ट' हे आत्मचरित्रात्मक पुस्तक लिहिण्यास सुरुवात केली. त्याची पहिली दोन प्रकरणे 'हार्पर अँड ब्रदर्स'कडे पाठविली. त्यांनी एप्रिल १९३९ मध्ये बिलला १५०० डॉलर ॲडव्हान्स देऊ केला.

बिल राहत असलेल्या क्लिंटन हाऊसचा लिलाव झाला. 'आता राहायचं कुठं' हा बिकट प्रश्न उभा ठाकला. पण अनपेक्षितपणे देव हाकेला धाऊन आला आणि हेलेन ग्रिफीन या अल्कोहोल ॲननिमस संस्थेच्या मिटिंगला येणाऱ्या श्रीमंत महिलेने मदतीचा हात दिला. तिने आपले बेडफोर्ड हिल येथील घर अगदी माफक किंमतीत फक्त ६५०० डॉलरला देऊ केले. दरमहा फक्त ४५ डॉलरच्या हप्त्याने ही रक्कम फेडायची होती.

ह्या घराला लाकडी पायऱ्या होत्या आणि अल्कोहोल ॲनानिमसच्या उपचारपद्धतीमध्येही १२ पायऱ्या होत्या, त्यावरून या घराचे नामकरण झाले, 'स्टेपिंग स्टोन.' ह्या घराने बिल व लोईसला, आयुष्यातील सुखाचे आनंदाचे क्षण दिले.

एप्रिल ३९ मध्ये बिलने लिहिलेले अल्कोहोल ॲनॅनिमस हे पुस्तक प्रसिद्ध झाले. ह्यात अनुसरलेल्या उपचारपद्धतीबद्दल डॉक्टर लोक प्रथमत: साशंक होते. जरी आज ते या पद्धतीचा पुरस्कार करतात, तरी त्या काळी त्यांनी टीकाच केली होती.

बिल उपजतच एक निष्णात विक्रेता होता. वॉल स्ट्रीटमध्ये चिकित्सक माहितीचा विक्रम करून, त्याने नाव कमावले होते. 'अल्कोहोल ॲनानिमस' ही कल्पना लोकांच्या गळी उतरविण्यास वेळ लागला; पण हळूहळू प्रसार झाला व अनेक शहरात ह्या संस्थेची ऑफिसेस उघडली गेली. त्यातून व्यसनाधीन लोकांबरोबर मिटिंग्ज होऊ लागल्या. व्यसनमुक्त झालेले लोक, व्यवस्थित पोशाख करून ह्या मीटिंगला येत व सुधारण्याच्या इच्छेने आलेल्या व्यसनाधीन मद्यपींसमोर भाषण देऊन त्यांना ते आपली कहाणी सांगत.

१ मार्च १९४१च्या इव्हिनिंग पोस्टच्या शनिवारच्या आवृत्तीमध्ये एका लेखात 'अल्कोहोल ॲनानिमस' या संस्थेसंबंधी माहिती दिली होती. पेनसिल्व्हानिया, ओहायो, शिकागो आणि अशा अनेक शहरात घेतल्या जाणाऱ्या मीटिंगबद्दलही ह्या लेखात सांगितले होते. हा लेख आवडला असे सांगणारे फोन, तारा व पत्रे (पत्रसंख्या ६०००) यांचा अक्षरश: पाऊस पडला. १९४१ मध्ये अल्कोहोल ॲनामिनसची सभासदसंख्या १५०० वरून ८००० पर्यंत पोहोचली. तर १९४६ मध्ये ती ३०,००० वर पोहोचली.

ऑगस्ट १९४३ मध्ये अल्कोहोल ॲनामिनसच्या शाखांच्या कार्यालयास भेट देण्यासाठी बिलने सपत्निक दौरा केला. बिल व लोईसने रेल्वेने प्रवास केला व त्या

गावात जे उपलब्ध असेल त्या हॉटेलमध्ये मुक्काम केला. अनेक गावातील अल्कोहोल ॲनानिनसच्या कार्यालयांना भेटी दिल्या, मार्गदर्शन केले. त्यांच्या नेतृत्वाबद्दलच्या, अर्थविषयक अडचणी समजून घेतल्या. ३ महिनेपर्यंत केलेल्या या विस्तृत दौऱ्यामुळे या चळवळीबद्दलच्या अडचणींची बिलला कल्पना आली. त्याने या चळवळीच्या कार्यसूत्रीबद्दल, पद्धतशीर नियमावली तयार केली. आता सर्व देशात बिल प्रसिद्ध अशी लाडकी व्यक्ती बनला होता. त्याने कधी कल्पनाही केली नव्हती, असे जनतेचे अफाट प्रेम त्याला मिळाले.

अल्कोहोल ॲनानिमस ह्या संस्थेच्या कामाकडे आकृष्ट झालेली पहिली स्त्री 'मेरी मॅन.' ती बिलची मैत्रीण होती. अल्कोहोल ॲनामिनसशी संलग्न असलेल्या मेरी मॅनच्या संस्थेबद्दल १९४४ मध्ये टाईम मासिकाने एक लेख प्रसिद्ध केला. लोकांना वाटले बिलने आर्थिक मदतीचे आव्हान केलेय. लोकांच्या आर्थिक मदतीचा भरघोस ओघ चालू होता; पण बिलने ती मदत विनम्रपणे नाकारली. फेब्रु. १९५४ मध्ये बिलला येल युनिव्हर्सिटीचे एक पत्र आले. त्यात बिलला 'डॉक्टरेट ऑफ लॉ'ही पदवी देण्याचा मनोदय स्पष्ट केला होता.

बिलपुढे मोठा पेचप्रसंग उभा राहिला; पण क्षणी, वैयक्तिक मानसन्मान न स्वीकारणाऱ्या थिओडर रूझव्हेल्ट ह्या त्याच्या दैवताने बिलला मार्ग दाखविला. बिलने येल विद्यापीठाला पत्र लिहिले, 'माझे नाव वगळून फक्त अल्कोहोल ॲनानिमस या संस्थेला सन्मानित केले गेले, तर ते अधिक उचित ठरेल. येलने त्याला प्रत्युत्तर लिहिले, 'आपले उदात्त विचार प्रकट करणारे पत्र मिळाले. आम्ही आपल्या भावनेचा आदर करतो.'

टाईम मासिकाने मुखपृष्ठावर फोटो प्रसिद्ध करण्याबद्दल विचारणा केली होती, त्यांनाही बिलने नकार दिला. तसेच नोबेल कमिटीला व इतर सहा मानसन्मानासही प्रेमपूर्वक नकार कळविला.

अल्कोहोल ॲनानिमस संघटनेच्या वाटचालीत बॉब स्मिथचा सिंहाचा वाटा आहे. त्याने सेंट थॉमस हॉस्पिटलमध्ये ४००० मद्यपींवर उपचार करविले होते. १९५०ला अल्कोहोल ॲनामिनसचे इंटरनॅशनल कन्व्हेन्शन झाले तेव्हा बॉब उपस्थित होता. हीच त्याची शेवटची उपस्थिती. १६ नोव्हें. १९५०ला अक्रेन येथे त्याचे निधन झाले. १९७० मध्ये न्यूयॉर्क येथे भरलेल्या कॉन्फरन्समध्ये बिलने आरंभीचे भाषण केले, तेव्हा त्याला धाप लागली होती. प्रकृती ठीक नव्हती. तो ७५ वर्षांचा होता. ब्राँकायटिसच्या आजाराने थकला होता. १९७१च्या जानेवारी २४ला मायामी येथे बिल विल्सन ख्रिस्तवासी झाला. पुढे ऑक्टो. १९८८ मध्ये लोईसही ख्रिस्तवासी झाली.

दारूचे व्यसन सोडविण्यासाठी पूर्वी उपाशी ठेवणे, इलेक्ट्रिक शॉक देणे असे अघोरी उपाय योजत असत. दारुड्यांचे दारूचे व्यसन त्यांच्याबरोबरच संपायचे; पण अल्कोहोल ॲनानिमस या बिलने स्थापिलेल्या संस्थेच्या कार्यप्रणालीमधून दारुड्यांचे व्यसन सोडविण्याचा एक विश्वसनीय पर्याय सापडला. या व्यसनातून मुक्त झालेले जगभरचे लोक पुन्हा आपले कामकाज, संसार करू लागले व समाजाच्या मुख्य प्रवाहामध्ये सामील झाले हे मोठेच योगदान म्हणावे लागेल.

'दारूच्या व्यसनातून मुक्त झालेल्या व्यक्तीने, दारूच्या आहारी गेलेल्या मद्यपीची दारू सोडविण्याचा प्रयत्न करायचा व त्यासाठी अनुभवांची देवाण-घेवाण करायची,' हे सूत्र 'अल्कोहोल ॲनानिमस' ह्या संघटनेचा मूळ पाया आहे. अनुभवांती खात्री पटलीय की, दारू सोडविण्यासाठी काही तत्त्वांची मदत होते; मद्यपी व्यक्तीने स्वत:ची व्यसनाधीनता मान्य करणे, गतजीवनातील भल्या-बुऱ्या गोष्टींचा आढावा घेणे, स्वत:च्या चुकांची कबुली देणे; चुकांबद्दल क्षमा मागणे हे त्यातील आवश्यक टप्पे आहेत.

बिल विल्सन व डॉ. बॉब स्मिथ यांनी लावलेल्या 'अल्कोहोल ॲनामिनस संघटना' ह्या रोपट्याचं आता वटवृक्षात रूपांतर झालय. त्यांनी घालून दिलेल्या मार्गदर्शक तत्त्वांवरच 'अल्कोहोल ॲनामिनस'ची वाटचाल चालू आहे. जगभरात आजमितीस ह्या संस्थेचे २० लाखाहून अधिक सभासद आहेत.

❖❖❖

आशियातील पहिला भारतीय सिनेटर

दलीपसिंग सौंद

''प्रखर बुद्धिमत्ता, गणिती तज्ज्ञ,
कल्पक उद्योजक म्हणजे
डॉ. दलीपसिंग सौंद !
अमेरिकेच्या राजकीय व औद्योगिक
इतिहासात सुवर्णाक्षरात नोंद
झालेला हा पहिला 'एशियन
अमेरिकन सिनेटर.'

आज अमेरिकेतील आर्थिक, राजकीय व सामाजिक जीवनात भारतीयांनी महत्त्वाचे स्थान मिळविले आहे. अमेरिकेमध्ये स्थलांतरित झालेल्या आशियाई लोकसंख्येमध्ये भारतीयांचे प्रमाण १६.४ टक्के, चिनी व फिलिपाईन्सनंतर तिसऱ्या क्रमांकाचे आहे. आजमितीस अमेरिकेतील भारतीयांची लोकसंख्या २२ लाख असावी. अमेरिकेमध्ये स्थलांतर करणारे पहिले भारतीय, पंजाबी व शीख समुदायाचे होते. १८८०च्या सुमारास पंजाबातील ५००० लोकांनी अमेरिकेला प्रयाण केले. त्यामध्ये महिला फक्त १०९ होत्या.

या लोकांनी प्रथमत: रेल्वे लाईन टाकण्यासाठी मजूर म्हणून, लाकूड तोडणी करणे इ. मिळेल ती कष्टाची कामे केली.

पुढे त्यांनी खंडाने जमीन लागवड केली व त्यानंतर जमिनी विकतही घेतल्या. कॅलिफोर्नियाच्या रेताड भागात शेती केली. त्यांनी उपसलेल्या कष्टामुळेच तो भाग लागवडीयोग्य बनला. अमेरिकेतील ह्या सधन पंजाबी लोकांनी आपल्या मायभूमीच्या स्वातंत्र्यासाठी प्रयत्न केले. ब्रिटिशांविरुद्ध उठाव करण्यासाठी सशस्त्र क्रांती करण्यासाठी जी चळवळ उभारली त्याला 'गद्दार चळवळ' असे संबोधिले जाते. शस्त्रास्त्रे खरेदी करून ती जहाजात भरून मायभूमीला पाठविण्याच्या कटाचा सुगावा ब्रिटिशांना लागला व तो प्रयत्न त्यांनी मोडून काढला.

हा सारा इतिहास ठाऊक असलेल्या व जालियनवाला बागेमध्ये घडलेल्या नरसंहाराने अंतर्यामी अत्यंत व्यथित झालेल्या पंजाबच्या एका हुशार पुत्राला अमेरिकेला जाण्याची ओढ होती. त्याचे नाव होते 'दलीपसिंग सौंद.' १८९९ मध्ये अमृतसरनजिकच्या खेड्यात एका सधन; पण अशिक्षित कुटुंबात त्याचा जन्म झाला. वडील व्यवसायाने ठेकेदार होते, त्यांनी आपल्या हुशार मुलाला शिकायला प्रोत्साहन दिले. दलीपने मिळालेल्या संधीचे सोने केले. अमृतसर विद्यापीठामध्ये गणित हा विषय घेऊन तो पदवी परीक्षेत सर्वप्रथम क्रमांकाने उत्तीर्ण झाला. त्यानंतर तो थेट इंग्लंडला गेला. तिथून बोटीने अमेरिकेला आला. कॅलिफोर्निया विद्यापीठात एम. एस. साठी ॲडमिशन घेतली. 'बर्कले' येथील युनिव्हर्सिटी कॅम्पसपासून काही अंतरावर स्टॉकहोम येथे पंजाबी लोकांचे एक मंदिर-गुरूद्वारा होते. त्या ठिकाणी युनिव्हर्सिटीमध्ये शिक्षण घेणाऱ्या होतकरू तरुणांना राहण्या-जेवण्याची मोफत सोय केली होती. दलीपने मॅथेमॅटिक्स ह्या विषयात प्रथमत: एम. एस. व त्यानंतर पी.एचडी.ही मिळविली. त्याच्या ह्या शैक्षणिक यशानंतर त्याला भारतातून अनेक विद्यापीठामध्ये शिकविण्यासाठी विचारणा केली होती; पण दलीप एक गणितज्ज्ञ असला तरी त्याचा ओढा व्यवसायाकडे-शेतीकडे होता. अमेरिकेत यशस्वी होण्यासाठी, पुष्कळ पैसे मिळविण्यासाठी काहीतरी व्यवसाय करायला हवा, असा त्याचा विश्वास होता. त्यानी शेती ह्या व्यवसायाची निवड केली. शेतीविषयक शिक्षणासाठी त्याने फूड प्रिझर्व्हेशनमध्ये एम. एस. करायचे ठरविले. त्याने एम. एस. (ॲग्रिकल्चरल सायन्स) ही पदवी संपादन केली.

शेती व्यवसायात प्रत्यक्ष शिक्षण घेण्यासाठी त्याने कॅलिफोर्नियातील इम्पिरीअल व्हॅलीतील एका कापूस पिकविणाऱ्या शेतावर गसड्या बांधणाऱ्या मजुराची नोकरी केली. तीन पदव्या, गणिततज्ज्ञ असा मजूर कॅलिफोर्नियाच्या शेतकऱ्यांनी पूर्वी कधी पाहिला नसेल व ह्यापुढेही अभावानेच पाहायला मिळेल.

त्यानंतर अमेरिकन जीवनाशी सुसंगत अशा जीवनशैलीचा स्वीकार करून दलीपने अमेरिकेत आपले चांगले बस्तान बसविले. त्याने आता फेटा वापरणे सोडून दिले, दाढीही काढून टाकली. शेती केली, नव्या जमिनी खरेदी केल्या.

१९२३ मध्ये त्याने एका उच्च मध्यमवर्गीय झेक–अमेरिकन मुलीशी लग्न केले. अमेरिकेतील सार्वजनिक जीवनात हिरिरीने भाग घेतला. ह्या कामात पत्नीचेही मोलाचे सहकार्य मिळाले.

ह्यावेळी व्यावसायिक प्रगतीची उद्दिष्टे गाठतानाच दलीपचे लक्ष्य होते सामाजिक उन्नतीसाठी प्रयत्न करणे, आपल्या व्यस्त जीवनातही त्याला मातृभूमीचा विसर पडला नव्हता. भारताच्या स्वातंत्र्यासाठी चालवलेल्या प्रयत्नात त्याने सढळ हाताने मदत केली. तसेच अमेरिकेतील भारतीयांना अमेरिकेमध्ये नागरिकत्व मिळण्याच्या उद्देशावर खूप काम केले.

१९५६ मध्ये दलीपने केलेल्या सार्वजनिक कामाची योग्य दखल घेऊन, डेमोक्रॅटिक पक्षाने त्यास न्यूयॉर्क येथून काँग्रेसमध्ये (प्रतिनिधी गृहासाठी) निवडणूक लढविण्यासाठी नामांकन दिले. ह्या लढतीकडे साऱ्या राष्ट्राचे लक्ष लागले होते. दलीप हा भारतीय निवडणूक लढवित होता, ही लक्षणीय बाब होतीच. दलीपची प्रतिस्पर्धी रिपब्लिकन होती. 'जॅकलीन कोचरन' ही दुसऱ्या महायुद्धात भाग घेतलेली स्त्री वैमानिक! जॅकलीनने महिलांना विमान चालविण्याचे प्रशिक्षण देऊन, दुसऱ्या महायुद्धात महिला वैमानिकांची एक तुकडी बनविली होती. जॅकलीनच्या भोवती प्रसिद्धीचे वलय होते. त्यामुळे ही स्पर्धा अटीतटीची होती. दलीपच्या प्रयत्नांना यश मिळाले. त्याने जॅकलीनचा पराभव केला.

१९५७ मध्ये अमेरिकेच्या प्रतिनिधी गृहामध्ये सभासद म्हणून निवडून येणारा तो पहिला आशियाई (स्थलांतरित) व्यक्ती ठरला. एखादी एशियन व्यक्ती अमेरिकेत लोकसदस्य म्हणून निवडून येणे ही आशियाई लोकांची मान उंचावणारी गोष्ट होती. तसेच अमेरिकनानाही, आपण मनाने किती उदार आहोत, हे दाखवून देण्याची संधीही !

एशियन स्थलांतरितांबरोबरच्या अमेरिकनांच्या वर्तनाचा पूर्वेतिहास फारसा चांगला नव्हता. पर्ल हार्बर दुर्घटनेनंतर अमेरिकन शासनाने अमेरिकेत वास्तव्य करणाऱ्या जपान्यांवर अत्याचार केले होते. वास्तविक त्यांनी काही दुष्कृत्य केल्याचा कोणताच पुरावा नसतानाही केवळ ते जपानी असल्यामुळे व जपानी लोकांनी पर्ल हार्बरवर हल्ला केला होता म्हणून, त्यांचा सूड उगवून विजनवासात पाठविले होते. एका चिनी मुलाला हॉटेल मालकाने बेदम चोपल्यामुळे त्याचा मृत्यूही ओढवला होता.

१९५७ मध्ये अमेरिकेसंबंधी माहिती प्रसृत करणाऱ्या एजन्सीने दलीपसिंगला स्वखर्चाने आशियाई देशांच्या दौऱ्यावर पाठविले. अमेरिकेमध्ये सर्व जमातीच्या लोकांना समान वागणूक दिली जाते, ह्याचा पुरावा म्हणून ही सहल होती. त्यानंतर दुसऱ्या टर्मसाठीही दलीपची फेरनिवडणूक झाली; पण १९६२ मध्ये त्याला हृदयविकाराचा झटका आला. तो हॉस्पिटलमध्येच पडून होता. निवडणुकीसाठी प्रचारही करू शकला नाही म्हणून पराभूत झाला. ❖❖❖

समाजसुधारक

जेन ॲडम्स

''समाज सुधारणा हाच ध्यास ! विचारांना चालना मिळाली आणि प्रत्यक्ष कृतीला प्रवृत्त केले ते युरोपच्या सफरीतील 'टॉयनबी हॉल'च्या भेटी ने.''

युरोपमध्ये औद्योगिक क्रांती घडली, समाजरचनेमध्येही त्यामुळे आमूलाग्र बदल झाले. मूठभर लोक श्रीमंत झाले. कारखानदारी समवेत ओघानेच कामगारांच्या बकाल वस्त्या उभ्या राहिल्या. कारखान्यात काम करणाऱ्या मजुरांच्या वस्त्यांमध्ये कमालीचे दारिद्र्य, अनारोग्य होते. मजुरांची स्थिती सुधारण्यासाठी, त्यांना नागरी सुविधा पुरविण्यासाठी अनेक सहृदय, समाजसेवक अहोरात्र काम करीत होते. त्यापैकी एक होते 'सॅम्युएल ऑगस्टस.' १८६४ मध्ये त्यांनी लंडनच्या पूर्वभागातील औद्योगिक परिसरातील मजुरांच्या वस्तीच्या जवळच 'बार्नेट टॉयनबी हॉल' या जागेमध्ये एका सामाजिक संस्थेची सुरुवात केली.

सुरुवातीच्या काळात ऑक्सफर्ड, केंब्रिज ह्या विद्यापीठातून समाजशास्त्र हा विषय शिकणारे विद्यार्थी, आजूबाजूच्या

कष्टकरी समाजाच्या जीवनाबद्दल माहिती गोळा करण्यासाठी इथे येत असत. टॉयनबी हॉलमध्ये त्यांच्या राहण्या-जेवणाची सोय केली जाई. पुढे या विद्यार्थ्यांनी इथल्या लोकांसाठी प्रौढ शिक्षण वर्ग चालविले. डॉक्टरांना बोलावून आरोग्य तपासणी करवून औषधांचे वाटप केले. हळूहळू इथल्या अशा समाजकार्यात अनेकजणांचे सहकार्य लाभले.

१८८० मध्ये जेन ॲडम्स, इलेन गेट्स स्टार व सारा अँडरसन या मुली अमेरिकेतून युरोपच्या सहलीसाठी आल्या होत्या. त्यांनी लंडनच्या भेटीमध्ये 'टायनबी हॉल' या वास्तूस भेट दिली. तिथे चालणारे समाजकार्य बघून त्या खूपच प्रभावित झाल्या. ह्या धर्तीवर अमेरिकेतही समाजासाठी काही करणे आवश्यक आहे. याची त्यांना जाणीव झाली. ह्याआधी टॉयनबी हॉलपासून प्रेरणा घेऊन न्यूयॉर्कमधील गरीब वस्तीमध्ये समाजसेवा पुरविण्याच्या कामास आरंभ झाला होता; पण शिकागोमध्ये गरिबांसाठी सोयीसुविधा पुरविणारी कुठलीच संस्था नव्हती. जेन ॲडम्सला वाटले आपण हे काम केले पाहिजे. त्या जुन्या काळात एखाद्या स्त्रीने समाजकार्यात स्वत:ला झोकून देण्याचा विचार करणेच धाडसीपणाचे होते; पण जेन होतीच तशी वेगळी. तिच्या जडणघडणीत तिच्या वडिलांचा महत्त्वपूर्ण वाटा आहे.

जेनचा जन्म ६ सप्टेंबर १९६० मध्ये एका सधन कुटुंबात झाला. तिचे वडील जॉन ॲडॅम्स हे श्रीमंत उद्योजक होते. तसेच ते राजकारणात, सामाजिक कार्यातही अग्रेसर होते. इलियॉनिसच्या स्टेट सिनेटमध्ये ७ वर्षे, सिनेटर म्हणून त्यांनी योगदान दिले होते.

त्या जुन्या काळात चूल आणि मूल हेच स्त्रीचे कार्यक्षेत्र होते; पण जॉन ॲडॅम्स आधुनिक विचारसरणीचे होते. त्यांनी मुलगे-मुली असा भेदभाव केला नाही. आपल्या मुलीने - जेननेही उच्च शिक्षण घेतले पाहिजे म्हणून ते आग्रही होते. त्यांच्या प्रेरणेने जेनने फिलाडेल्फियाला मेडिकल कॉलेजमध्ये प्रवेश घेतला, सहा महिने शिक्षण घेतले; शरीर अस्वास्थ्यामुळे ते पुरे करता आले नाही; पण तिने १८७७ मध्ये रॉकफोर्ड फिमेल सेमिनरीमध्ये प्रवेश घेतला. १८८१ मध्ये ती पदवीधर झाली.

समाजातील उपेक्षितांच्या दु:खावर फुंकर घालण्याचे त्यांना समाजशिक्षण देण्याचे, अन्यायाविरुद्ध दाद मागण्याचे, असे समाजकार्य करण्याचा तिने दृढसंकल्प केला होता.

जेन ॲडॅम्स व एलेन स्टार यांना शिकागोमध्ये समाजकार्य करणारी संस्था उभारायची होती. शिकागोमधील गरीब वस्तीला लागूनच त्यांना एक जुनी, पडीक इमारत आढळली. तिथे कोणीच राहत नव्हते. इमारत मोठी प्रशस्त होती, तिच्या आजूबाजूला मोठे पटांगण होते. ती इमारत ज्या ट्रस्टच्या मालकीची होती. त्यांना

एलेन व जेन भेटल्या. सामाजिक कार्य करण्यासाठी जागेचा वापर करायचा मनोदयही व्यक्त केला. ट्रस्टच्या मालकाने आनंदाने परवानगी दिली. शिवाय ह्या वापरासाठी कुठलेही शुल्क आकारले नाही. १८ सप्टेंबर १८८०ला 'हल्स हाऊस'च्या वास्तुमध्ये जेन व एलेननी सामाजिक कार्याची मुहूर्तमेढ रोवली.

जेन व एलेननी आजूबाजूच्या परिसराची पाहणी केली. इटली, ग्रीस, रशिया, आयर्लंड येथून अमेरिकेत स्थलांतर केलेले गरीब लोक इथे राहत होते. ह्या गरीब कुटुंबातील बहुसंख्य स्त्रिया फॅक्टरींमधून काम करीत असत व त्यांची मुले दिवसभर रस्त्यावर उंडारत किंवा रस्त्याजवळच्या उकिरड्याजवळ खेळत असत. जेनने व एलेननी छोट्या मुलांसाठी 'बालक मंदिर' सुरू केले. थोड्या मोठ्या मुलांसाठी 'इंग्रजी भाषा संभाषणाचे वर्ग' सुरू केले. प्रौढ शिक्षण वर्ग, दवाखाना, मोफत वाचनालय अशा अनेक सुविधा पुरविल्या गेल्या.

जेनच्या ह्या समाजकार्याच्या पवित्रकार्यात मदत करण्यासाठी अनेक तरुण मुले-मुली पुढे सरसावली. सकाळी ९ ते रात्री ९ या वेळात दररोज ही वास्तू गजबजलेली असे. शिवणकाम, कुकिंग क्लासेस, चित्रकला, संगीत, निरनिराळ्या भाषा शिकविण्याचे, पेंटिंग, पॉटरी, भरतकाम, वादन इ. गोष्टी शिकविण्याचे वर्ग चालविणारे ५० क्लब येथे कार्यरत होते.

'हल्स हाऊस' ह्या सामाजिक संस्थेने आपल्या कार्याची व्याप्ती वाढविली. समोरच्या मोकळ्या पटांगणात अनेक खेळांच्या प्रशिक्षणाचे वर्ग सुरू केले. एकटेपणाने राहणाऱ्या महिलांसाठी खास वसतीगृह झाले. नोकरी करणाऱ्या स्त्रियांच्या सोयीसाठी 'पाळणाघर' चालू झाले. अमेरिकेत आर्थिक मंदीच्या काळात इथे स्त्रियांना कामे पुरविली गेली.

'हल्स हाऊस'च्या सामाजिक कार्यात ज्यांनी हिरिरीने भाग घेतला, त्यापैकी एक होती 'ज्युलिया लॉथ्रॉप.' तिने बालमजुरीला आळा घालण्यासाठी कायदे करण्यास सरकारला भाग पाडले. ज्युलियाने बालगुन्हेगारांसाठी पहिले स्पेशल कोर्ट सुरू करायला सरकारला उद्युक्त केले. स्त्रियांसाठी कामाचे ८ तासच सीमित केले. १९०३ मध्ये जेनने 'नॅशनल वुमेन्स ट्रेड युनियन लीग'ची स्थापना केली.

डॉक्टर ॲलीस हॅमिल्टन हिने स्त्रियांना आरोग्य शिक्षण दिले, मुलांची तपासणी, लसीकरण यातही तिचा सहभाग होता.

१९०९ मध्ये 'नॅशनल असोसिएशन फॉर ॲडव्हान्समेंट ऑफ कलर्ड पिपल' या संस्थेच्या स्थापनेत जेनचा पुढाकार होता. १९११ मध्ये जेनची 'नॅशनल अमेरिकन वुमेन सफरेज असोसिएशन' या संस्थेच्या प्रेसिडेंट पदावर नियुक्ती झाली.

जेव्हा युरोपमध्ये युद्धजन्य परिस्थिती निर्माण झाली तेव्हा जेनने अमेरिकेच्या युद्धातील सहभागाला विरोध करणारे भाषण केले. ती 'स्त्रियांच्या शांतता परिषदे'ची चेअरमन होती. तिने 'युद्ध नको–शांतता हवी' असा नारा दिला. अमेरिकेत व जगभर या विषयावर भाषणे देऊन शांततेचे आवाहन केले.

१९१९ मध्ये जेनला 'वुमेन्स इंटरनॅशनल लीग ऑफ पीस अँड फ्रिडम' या संस्थेची प्रेसिडेंट म्हणून निवडले गेले. १९३१ मध्ये जेनच्या ह्या कार्याचा जगाने यथोचित गौरव केला. तिला शांतीचे नोबेल पारितोषिक देऊन गौरविण्यात आले.

२० मे १९३५ला जेन अॅडॅम्स ख्रिस्तवासी झाली; पण तिने सुरू केलेली सामाजिक कार्याची धुरा तिच्या पश्चातही 'हल्स हाऊस'ने यशस्वीपणे चालू ठेवली.

सध्या 'हल्स हाऊस' हा ऐतिहासिक राष्ट्रीय ठेवा म्हणून गणला जातो. फक्त अमेरिकेतच नव्हे तर साऱ्या जगातच तो एक समाजकार्य करण्यासाठी आदर्श वस्तुपाठ आहे.

❖❖❖

स्त्रीहितवादी

बेटी फ्रिडन
(१९२१-२००६)

''बेटीच्या 'दी फेमिनियन मिस्टिक'
ह्या पुस्तकाने स्त्री-जगतात खळबळ
उडवून दिली. नैराश्येच्या गर्तेतून
त्यांना बाहेर काढले. तिच्या दुसऱ्या
पुस्तकाने 'सेकंड स्टेज'ने स्त्री
मुक्तीला तोंड फोडले.''

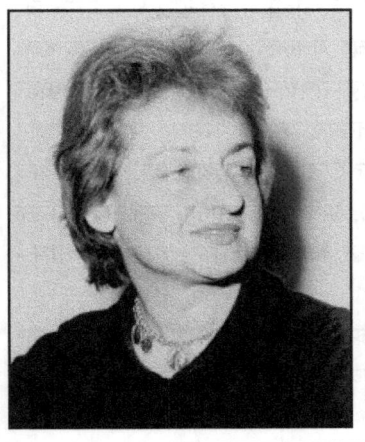

दुसऱ्या महायुद्धात जगभराच्या स्त्रियांनी खूप महत्त्वपूर्ण कामगिरी बजावली आहे. युद्धकाळात अमेरिकेत आधुनिक शस्त्रास्त्रे वापरण्याचे, लढाईचे शिक्षण देण्यासाठी १२०० प्रशिक्षण केंद्रे उभारली होती. युद्धात प्रत्यक्ष सहभाग घेण्यासाठी स्त्रिया हिरिरीने पुढे आल्या. वुमेन्स आर्मी कोअर, वुमेन्स एअर कोअर, नेव्ही व वेव्हज कोस्ट गार्ड यांची स्थापना झाली. यंत्रसामग्रीची देखभाल, दुरुस्ती व व्यवस्थापन या पदांसाठी मोठ्या प्रमाणात स्त्रियांची नेमणूक झाली. त्यामुळे हे काम करण्यात गुंतलेल्या पुरुषांना युद्धामध्ये भाग घेण्यासाठी रणांगणावर पाठविता आले. दुसरे महायुद्ध हे सर्वंकष युद्ध

होते. जपान, इटली, जर्मनी ह्या शत्रूराष्ट्रांची युती झाली होती. त्यामुळे शत्रू बलाढ्य होता. त्याच्याशी मुकाबला करण्यासाठी पुष्कळ मनुष्यबळाची आवश्यकता होती.

अमेरिकेने जगातील सर्व लोकशाहीचे एक मोठे शस्त्रागार बनविण्याचे उद्दिष्ट समोर ठेवून पुष्कळ युद्धोत्पादन करावयास सुरुवात केली होती. ह्या कारखान्यात पुष्कळ स्त्रिया काम करीत होत्या. स्त्रिया बस, रेल्वे, विमाने चालवित होत्या. त्यामुळेच दुसरे महायुद्ध ही स्त्रियांसाठी कर्तृत्व दाखवायला एक मोठी संधी, इष्टापत्तीच ठरली; पण युद्ध संपले. युद्धावरून परतलेल्या सैनिकांना नोकऱ्या देणे आता गरजेचे बनले. मग स्त्रियांना कामावरून कमी केले गेले. अमेरिकेमध्ये २० लाख स्त्रियांना बँका, कचेऱ्या, कारखान्यातील आपल्या नोकऱ्या गमवाव्या लागल्या. 'तुमची गरज संपली, आता घरी बसा', हेच समाजाचे सांगणे होते. आश्चर्य म्हणजे स्त्रियांनीही मुकाट्याने हा अन्याय सहन केला. अजिबात विरोध केला नाही.

स्त्रियांना घरीच डांबून टाकण्याचा समाजाने जणू चंगच बांधला होता. त्या काळात अनेक लेखकांनी कथा-कादंबऱ्यांमध्ये स्त्रियांना त्यागाची मूर्ती – कुणाचीतरी बायको अथवा आई असण्यातच धन्यता मानणारी, गृहस्वामिनी अशा भूमिकेतून चित्रित केले आहे. 'चूल व मूल' हेच स्त्रियांचे कार्यक्षेत्र आहे. छान सुंदर घर व बाहेरून दमून भागून येणाऱ्या नवऱ्याचे हसतमुखाचे स्वागत करणारी स्त्री, ह्या आदर्श संसारचित्राची चौकट पुरी करण्यासाठी स्त्रियांना घरकामात मदत करणारी अनेक व्यवसायिक उत्पादने–इस्त्री, कपडे, लाद्या स्वच्छ करणारी साबणे व त्यांच्या टिव्हीवर झळकणाऱ्या जाहिराती यांनी स्त्रीचे दुय्यम रूप समाजमनावर बिंबविले.

ज्या स्त्रियांनी दुसऱ्या महायुद्धाच्या काळात सर्व आघाड्यांवर यशस्वी कामगिरी बजावली होती, त्याच स्त्रिया आता १९५०-६०च्या दशकात फक्त गृहिणी म्हणवून घेण्यातच धन्यता मानत होत्या. त्या घरे स्वच्छ ठेवत, मुलांचा अभ्यास घेत, स्वतःचे, मुलांचे कपडेही घरी शिवत. कपड्याचे कागदावर बेतलेले पॅटर्न बाजारात उपलब्ध असत. त्या फावल्या वेळात गाणे, चित्रकला, पियानोवादन इ. क्लासमध्ये हौसेखातर जात असत अथवा कम्युनिटी सेंटरमध्ये समाजकार्य करीत असत; पण अर्थार्जन करण्यासाठी त्यांच्याकडे काही विशेष पात्रता नव्हती, ती मिळविण्याचाही त्यांनी प्रयत्न केला नाही. फक्त घरातच स्वतःला डांबून घेण्यामुळे, अंगभूत क्षमतांना दाबून टाकण्यामुळे स्त्रियांना न्यूनगंडाची भावना डाचत असे. त्यामुळे बऱ्याच जणींना मानसिक त्रास– (डिप्रेशन)– जाणवू लागला.

१९२१ मध्ये पिओरिया (इलिनॉय) येथे जन्मलेली बेटी फ्रिडन ही स्त्री, पत्रकार होती. तिला जाणवले, घर सांभाळून एका दैनिकासाठी फ्री लान्सर पत्रकार म्हणून व्यवसाय करण्याची आपण धडपड करतोय; पण आपण जिथे राहतोय तिथल्या इतर

सर्व स्त्रिया चोवीस तास घरातच असतात. यापैकी काहीजणी तर पदवीधरही आहेत. बाहेरच्या जगात काय चाललंय याचा यांना गंधही नाहीय. स्वत:चा मानसिक कोंडमारा होतोय म्हणून डॉक्टरांकडे ह्यांच्या खेपा! तिला वाटले, ह्या मानसिक रोगावर एकच इलाज आहे, 'बाहेरच्या जगात येऊन मोकळा श्वास घेणे व स्वत:मध्ये दबलेल्या शक्तींना वाट मोकळी करून देणे.'

१९६३ मध्ये तिने 'द फेमिनियन मिस्टिक' (स्त्रीत्वाचे गूढ) या आपल्या महत्त्वाच्या पुस्तकात स्त्रीत्वाच्या गूढाचा शोध घेण्याचा प्रयत्न केला. त्यामध्ये युरोपीयन देशात स्त्री मुक्तीचा विचार प्रसृत करणाऱ्या सिमॉन द बूव्हा, एमिली पॅकहर्स्ट, सुझन ॲन्थनी यांच्या लिखाणांचाही ऊहापोह केला आहे. 'डॉल्स हाऊस' ह्या इब्सेनने लिहिलेल्या जगप्रसिद्ध नाटकातील नायिका नोरा पुरुषी वर्चस्वाविरुद्ध बंड करून उठते व स्वत:चा शोध घेण्यासाठी घराबाहेर पडते, हा भागही आहे. या ढोंगी समाजाने स्त्रीत्वाचे फसवे मोहमयी रूप पुढे ठेवले व त्याचे उदात्तीकरण केले आणि स्त्रीला शिक्षण, स्वातंत्र्य, स्वत्वाचा विकास यापासून वंचित ठेवले आहे, हेही स्पष्ट केले.

या ग्रंथाचे लक्षणीय पडसाद उमटले. स्त्रिया खडबडून जाग्या झाल्या, त्यानंतर बऱ्याच स्त्रियांनी शिक्षणासाठी कॉलेजमधून ॲडमिशन घेतली किंवा आपले अर्धवट राहिलेले शिक्षण पूर्ण केले. सोईस्कर वेळा राखून शिक्षण संस्थांनीही मदतीचा हात दिला. शॉर्टहँड टायपिंग, नर्सिंग, अध्यापन करण्यासाठी पदविका असे अनेक अभ्यासक्रम जिद्दीने पूर्ण केले. ड्रायव्हिंग शिकून घेतले. योगासने, कराटे, तत्सम मार्शल आर्ट्स किंवा पोहण्याचे क्लास यामध्ये हजेरी लावून शरीर स्वास्थ्याकडे, स्वत:च्या शारीरिक, मानसिक विकासाकडे लक्ष पुरविले. १९८१ मध्ये फ्रिडनने 'सेकंड स्टेज' हे पुस्तक लिहिले. यात स्त्री मुक्तीचा पुरस्कार केला आहे. नॅशनल ऑर्गनायझेशन ऑफ वुमेन (Now) या स्त्रियांच्या राष्ट्रीय संघटनेची तिने स्थापना केली. या संघटनेची ती पहिली अध्यक्षा होती. ह्या संघटनेच्या कार्यामुळेच 'समान वेतन कायदा' झाला. नागरी हक्क कायद्यामध्येही लिंगभेदविरोधी तरतुदी करण्यात आल्या. पूर्वी हवाई-सुंदरींना (एअर होस्टेसना) लग्न झाल्यावर, तारुण्य ओसरल्यावर नोकरी गमवावी लागत असे; पण ह्या संघटनेच्या प्रयत्नाने वयाचा मुद्दा गैर ठरविला गेलाय आणि त्यांना नोकरी गमवावी लागत नाही.

विकसनशील देशातील सुशिक्षित स्त्रियांनीही फ्रिडनच्या विचारांचे स्वागत केले. १९७५ मध्ये अमेरिकन ह्युमॅनिस्ट असोसिएशन तर्फे बेटी फ्रिडनला 'मानवतावादी' हा किताब देऊन गौरविण्यात आले.२००६ साली बेटी फ्रिडन ख्रिस्तवासी झाल्या.

❖❖❖

पाककलानिपुण

ज्युलिया चाइल्ड

''फ्रान्समधील एका भोजनाने इतिहास घडवला. 'फ्रेंच-पाककला' हेच आपल्या जीवनाचे उद्दिष्ट ठरवून, ज्युलियाने त्याचा यशस्वी पाठपुरावा केला. साथ लाभली ती नवऱ्याची, जो उत्तम कवी, चित्रकार आणि 'खवैय्या' होता. वयाच्या पन्नाशीनंतर (त्याच्या साठीनंतर) तिने जी भरारी घेतली, ती सर्वांच्या तोंडी 'फ्रेंच-पाककृती' भरवूनच विसावली.''

बऱ्याच स्त्रियांच्या बाबतीत विवाहामुळे त्यांच्या करीयरमध्ये अडथळा निर्माण होतो. घर-संसार व नोकरी-व्यवसाय यांचा ताळमेळ साधण्यात जीव मेटाकुटीला येतो व त्यांना नोकरीवर-करीयरवर पाणी सोडावे लागते.

पण 'ज्युलिया चाइल्ड' ह्या सुगरिणीची करीअरची सुरुवात झाली लग्नानंतर. तिचा नवरा 'पॉल कूशिंग चाइल्ड', अमेरिकन फॉरेन सर्व्हिसमध्ये नोकरी करीत होता. त्याची युनायटेड स्टेटस इन्फर्मेशन एजन्सीमध्ये पॅरीसला बदली झाली. फ्रान्समध्ये रौएन इथे एका भोजनाचा आस्वाद

घेतल्यावर ज्युलिया आश्चर्याने थक्क झाली. ती नवऱ्याला म्हणाली, 'मला ठाऊकच नव्हतं, जगात असं जिभेवर रेंगाळणारं, अंतरात्मा तृप्त करणारे भोजन असते.' पुढील आयुष्यात त्या 'फ्रेंच भोजनाने' तिला नावलौकिक मिळवून दिला.

लहानपणी आजीच्या घरी, मध्य पश्चिमेकडील अमेरिकेच्या भागात गेल्यावर 'ताज्या भाज्या, ओव्हनमध्ये भाजलेला ताजा केक, तोंडाला पाणी सुटणारे चवदार चिकन' अशा मेजवानीचा आनंद लुटल्याचे तिला आठवत होते; पण त्यानंतर मात्र घाईगर्दीत दोन घास पोटात ढकलण्याइतकाच वेळ मिळत असे.

ज्युलिया कॅरोलीनचा जन्म १९१२ मध्ये पासोडेना, कॅलिफोर्निया इथे झाला. ६ फूट २ इंच उंचीच्या सशक्त ज्युलियाला खेळाची आवड होती. बास्केट बॉलमधील प्रावीण्य संपादण्यात तिला तिच्या उंचीचा फार फायदा झाला. स्मिथ कॉलेजमध्ये बॉस्केट बॉलच्या टीमची ती मुख्य होती. इतिहास विषय घेऊन तिने बी.ए. पदवी मिळविली.

१९४१ साली झालेल्या पर्ल हार्बरवरील बॉम्ब हल्ल्यानंतर तिने Office of Strategic Services मध्ये सुरक्षा सैनिक म्हणून काम केले. तिला नेव्हीमध्ये जाण्याची इच्छा होती; पण तिची उंचीच आड आली. प्रवेश नाकारला गेला. OSS मध्ये असताना तिची कँडी (श्रीलंका) येथे नेमणूक झाली होती. तसेच चीनमध्ये बदली झाली. तिथे तिला OSS सेक्रेटरीएटची मुख्य रजिस्ट्री या नात्याने उत्कृष्ट योगदान दिल्याबद्दल, 'द एम्ब्लेम ऑफ मेरीटोरिअस सिव्हिल सर्व्हिस' हा किताब देऊन गौरविण्यात आले.

युद्ध संपल्यानंतर ती वॉशिंग्टन (डि.सी.)ला आली. १ सप्टेंबर १९४६ ला तिचे पॉल चाईल्डशी लग्न झाले. तो तिच्यापेक्षा १० वर्षांनी मोठा होता. पॉल कवी, चित्रकार होता तसाच चांगला खवैय्याही होता.

पॅरिसमध्ये त्या उत्कृष्ट भोजनाचा आस्वाद घेतल्यानंतर ज्युलियाने ठरविले, फ्रेंच पाककृती शिकून घ्यायच्या. तिने पॅरिसला 'लेकॉर्डन ब्लेयू कूकींग स्कूल'मध्ये नाव घातले. त्यानंतर मॅक्स बुगनार्ड व इतर निष्णात पाककलानिपुण आचाऱ्यांकडून शिक्षण घेतले.

ह्या कालात तिचा सिमॉन बेक व तिचे मित्र बेरथोल्ले यांच्याबरोबर परिचय झाला. ते अमेरिकनांसाठी फ्रेंच पाककृतीचे एक पुस्तक लिहित होते. त्यासाठी मदत करण्यासंबंधी त्यांनी ज्युलीआला विचारले, तिने होकार दिला.

१९५१ मध्ये त्या तिघांनी चाईल्डच्या स्वयंपाकघरामध्ये अमेरिकन बायकांसाठी 'स्वयंपाकाचे वर्ग' चालू केले.

१९६१ मध्ये पॉलने निवृत्ती घेतली व ते अमेरिकेला परतले. ह्यावेळी ज्युलिया ५० वर्षांची होती. निवृत्तीनंतर हे जोडपे खूपच व्यस्त झाले. १९६२ ला ज्युलियाने बोस्टन नॅशनल एज्युकेशनल टेलिव्हिजनच्या एका पुस्तक परीक्षणाच्या वेळी, ऑम्लेट करण्याचे प्रात्यक्षिक दिले, ते खूप लोकप्रिय झाले. त्यानंतर 'द फ्रेंच चेफ' हा लोकप्रिय कार्यक्रम सुरू झाला. ११ फेब्रुवारी १९६३ ला सुरू झालेला हा टेलिव्हिजन प्रोग्रॅम सतत १० वर्षे सर्व देशामध्ये दाखविला गेला. टेलिव्हिजनवरील कुकींग शोना तिने प्रथम सुरुवात केली नसली तरी ते लोकप्रिय करण्यात तिचा महत्त्वाचा वाटा आहे. तिचे प्रफुल्ल व्यक्तिमत्त्व, उत्कृष्ट निवेदन यामुळे प्रेक्षक आकर्षित होत असत. तिचा आवाज गोड व सांगणे परिणामकारक होते.

ह्या कार्यक्रमाबद्दल तिला पीबडी व एमी अॅवॉर्ड देऊन सन्मानित करण्यात आले होते.

'मास्टरींग द आर्ट ऑफ फ्रेंच कुकींग' हे तीन लेखकांनी एकत्रितपणे लिहिलेले पुस्तक वाचकांच्या पसंतीस उतरले होते. ज्युलियाचा ह्या लेखनात सहभाग असल्यामुळेच तिला 'द बोस्टन ग्लोब' या वृत्तपत्रामध्ये व मासिकांतून पदार्थांच्या कृती लिहिण्याचे स्तंभ लिहिण्याचे काम मिळाले होते.

१९७१ मध्ये तिने 'द फ्रेंच चेफ कुकबुक' हे दुसरे पुस्तक लिहिले.

ज्युलिया म्हणते, 'माझ्या सर्व करीयरमध्ये माझ्या नवऱ्याचे योगदान फार मोलाचे आहे. तो पेन्टर, फोटोग्राफर आहे; पण तो सर्व गोष्टीत रस घेतो. 'गुड मॉर्निंग अमेरिका' कार्यक्रमाच्या वेळी तो अंडी फोडण्याचे काम करी अथवा बटाट्याची साले काढण्याचे काम. अगदी डिशेस धुण्यापर्यंत कोणतेही काम करीत असे. आम्ही अगदी छोट्या छोट्या गोष्टीही दोघे मिळून करतो. आम्ही निवृत्ती घेऊन स्वस्थ जीवन व्यतीत करावयाचे ठरविले होते; पण अचानक ह्या फ्रेंच पाककृती शिकविण्याच्या उद्योगात खूप व्यस्त झालो. सर्व अमेरिकेचा दौरा केला. आम्ही तरुणांच्या संपर्कात आलो. हे तरुणच देशाचे भवितव्य आहेत. ह्यापैकी काहीजण हॉटेल्समध्ये 'उत्तम आचारी' बनू शकतील. त्यांना प्रोत्साहन देण्याने मला आनंद होतो.'

ज्युलीया व पॉल हे एक परस्परांना पूरक, परस्परांच्या कलांवर प्रेम व सहकार्य करणारे, लौकिकार्थाने निवृत्तीनंतरचे जीवनही तरुणांना लाजवेल अशा उत्साहात व्यतीत करणारे जोडपे होते. त्यांना स्वत:ची मुले नव्हती. खूप उशीरा लग्नबंधनात अडकल्यामुळे त्यांनी मुले होऊ न देण्याचा निर्णय घेतला होता. त्या दोघांनी १९८१ मध्ये नापा व्हॅली कॅलिफोर्निया येथे वाईन व अन्नपदार्थ यांचे शिक्षण देणारी संस्था उभारली आहे. १९९४

नंतर त्यांनी आपले घर व ऑफिस स्मिथ कॉलेजला दान केले. तिच्या नवऱ्याने त्यांच्या 'किचन'मध्ये तिच्या उंचीला साजेसे प्लॅटफॉर्म बनवून घेतले होते. त्या अत्याधुनिक स्वंपाकघराचाही त्या दान दिलेल्या वास्तूमध्ये समावेश होता.

अमेरिकन इतिहासाच्या नॅशनल म्युझियमने 'ज्युलिया चाईल्डचे किचन' जतन केले आहे. कारण इथूनच तिच्या टेलिव्हिजन फिल्मस्‌चे चित्रीकरण झाले होते.

तिला 'फ्रेंच लिजन ऑफ ऑनर (२०००)' व 'यू. एस. प्रेसिडेन्शिअल मेडल ऑफ फ्रिडम' (२००३) हे किताब देऊन गौरविण्यात आले आहे. १३ ऑगस्ट २००४ ला ज्युलिया चाईल्ड ख्रिस्तवासी झाली.

❖❖❖

रणरागिणी

ओडेट सॅमसन, हॅना सॅनेश व
व्हॉयोलेट

''महायुद्धामध्ये स्त्रियांनी अनेक
क्षेत्रांमध्ये कारखान्यांमधून ते थेट
रणकुंडामध्ये उडी-घेण्यापर्यंत
महत्त्वपूर्ण भूमिका बजावल्या.
हेरगिरीच्या क्षेत्रातही त्यांनी देदीप्यमान
कामगिरी केली, प्रसंगी मृत्यूला
कवटाळून.''

मानवी संस्कृतीच्या आजपर्यंतच्या इतिहासात शांतता, सुख-समृद्धीचा काळ फारच थोडा गेला. दोन जमाती, दोन अथवा अनेक राष्ट्रे यामधील सततची भांडणे, एकमेकांवरच्या कुरघोडी, छुपे हल्ले, चढाया ही नित्याचीच बाब होती. त्याचे पर्यवसान दोन राष्ट्रातील घनघोर युद्धात व्हायचे, युद्धांमध्ये राष्ट्रांची सारी वित्तशक्ती, सैनिकी ताकद पणाला लागायची.

राज्यविस्तार, धर्मप्रसार, दुसऱ्यावर स्वामित्व गाजविण्याची खुमखुमी असे युद्धाचे कोणतेही कारण असले तरी परिणाम एकच असे आणि तो म्हणजे दोन्ही राष्ट्रांचे उद्ध्वस्त समाजजीवन, अपरिमित वित्तहानी,

मनुष्यहानी–युद्धामध्ये कोणीच जेता नसतो. दोन्ही बाजूंना फार मोठी किंमत चुकवावी लागते.

युद्धामध्ये पुरुष मारले जातात आणि मागे ठेवून जातात हतबल स्त्रिया व मुले. त्यांना युद्धानंतरच्या दारिद्र्य, बेकारी, रोगराई अशा संकटांचा सामना करावा लागतो. युद्धानंतर स्त्रियांवर शत्रू–सैन्याकडून बलात्कार घडल्याचीही असंख्य उदाहरणे असतात. त्यामुळे युद्धात प्रत्यक्ष सहभाग नसतानाही स्त्रियांना युद्धांचे वाईट परिणाम भोगावे लागतात.

स्त्रियांनी युद्धात भाग घेतल्याचीही उदाहरणे इतिहासात आढळतात.

फ्रेंच राज्यक्रांतीमध्ये स्त्रियांचा सक्रिय सहभाग होता. त्यांनी सैन्यात भाग घेऊन प्रत्यक्ष लढा दिला. वर्सालीवर जो मोठा जनसमुदाय चालून गेला, त्यात बहुसंख्येने स्त्रिया होत्या; पण १७८९ मध्ये जेव्हा स्वातंत्र्य मिळाले व 'डिक्लेरेशन ऑफ राईट्स ऑफ मेन अँड सिटीझन' घोषित झाले, तेव्हा मात्र सोयिस्करपणे स्त्रियांचा, स्त्रियांच्या कर्तृत्वाचा विसर पडला.

त्यानंतर 'ऑलिम्पे द गॉजेस' या स्त्रीवादी फ्रेंच महिलेने १७९१ मध्ये 'डिक्लेरेशन ऑफ राईट्स ऑफ वुमेन' लिहिले व प्रसारित केले. स्त्रिया, स्वतंत्र व्यक्ती म्हणून जन्माला येतात. त्यांनाही इतर नागरिकांप्रमाणेच समान हक्क असायला हवेत, असा तिचा दावा होता. तिच्या काळाच्या तुलनेत फारच प्रगत असे हे विचार आहेत, हे नक्की.

दोन देशातील भांडणे व युद्धे ही जरी नित्याचीच बाब असली तरी सर्व जगाला हादरवून टाकणारी महायुद्धे – पहिले व दुसरे महायुद्ध ही गेल्या शतकातील सर्वसमावेशक, दूरगामी परिणाम घडवून आणणाऱ्या महत्त्वाच्या घटना म्हणायला हव्यात.

पहिले महायुद्ध प्रामुख्याने युरोप खंडात लढले गेले; पण या युद्धात अमेरिकेचा सहभाग होता. वैज्ञानिक प्रगतीमुळे, दळणवळणाची साधने अधिक वेगवान झाली. युद्धासाठी उपयोगात आणलेली साधने – बंदुका, शस्त्रे, रणगाडे अधिक कार्यक्षम असल्यामुळे ती अधिक संहारक ठरली.

ह्या काळात स्त्रियांनाही पुरुषांप्रमाणे आधुनिक शिक्षण मिळाले होते, त्या सुशिक्षित झाल्या होत्या. त्यांच्या क्षमतेची समाजाला जाणीव झाली होती. पहिल्या महायुद्धामध्ये स्त्रियांनी युद्धभूमीवर नर्सेस व ॲम्ब्युलन्स चालक म्हणून कामे केली व त्यानी प्रथमच युद्धाचा थरार अनुभविला.

ज्या शेकडो फ्रेंच स्त्रियांनी पहिल्या जागतिक युद्धात, जर्मन सेनेविरुद्ध सशस्त्र प्रतिकार केला, त्यामध्ये मार्था रिकांड, मेरी मेडलीन इ. प्रमुख होत. 'मार्था रिकांड' ही

वैमानिक होती. मेरी मेडलीनने युरोपमध्ये सशस्त्र प्रतिकार करणाऱ्या सेनेची बांधणी व नियोजन केले.

काही स्त्रियांनी हेरगिरीमध्ये सहभाग घेतला. डच डान्सर मार्गारिट झेले (माता हरी १८७६-१९१८) हिला हेरगिरी करण्याबद्दल फाशी दिले गेले.

दुसरे महायुद्ध हे फक्त युरोपखंडापुरतेच सीमित नव्हते. जगामध्ये असा एकही भाग नव्हता, जिथे दुसऱ्या महायुद्धाची झळ लागली नाही. अमेरिकेत आधुनिक शस्त्रास्त्रे वापरण्याचे शिक्षण देणारी १२०० प्रशिक्षण केंद्रे उघडण्यात आली. अमेरिकन स्त्रिया युद्धात भाग घेण्यासाठी हिरिरीने पुढे आल्या. वुमेन्स आर्मी कोअर, वुमेन्स एअर कोअर, नेव्ही व वेव्हज कोअर यांची स्थापना झाली. यंत्रसामग्रीची देखभाल, दुरुस्ती, व्यवस्थापन अशा पदांसाठी स्त्रियांची नेमणूक झाली, त्यामुळे हे काम करण्यात गुंतलेल्या पुरुषांना युद्धामध्ये प्रत्यक्ष सहभागासाठी पाठविता आले.

इंग्लंडमध्येही सर्व सैनिक ठाण्यात स्त्रिया कार्यरत होत्या. त्या सर्व प्रकारची वाहने चालवीत असत. विशेषत: मिलिटरीला माल पुरविणारे ट्रकही स्त्रियाच चालवीत. सैन्यदलातील सर्व साधने उत्कृष्टपणे हाताळत असत. विमान उड्डाणामध्येही त्या वाकबगार होत्या.

स्त्रिया ऑफिसमधून, बँकांमधून क्लार्क, टायपिस्ट, टेलिफोन ऑपरेटर्स म्हणूनही नोकऱ्या करीत होत्या.

त्या काळाची गरज होती म्हणून स्त्रियांनी स्वेच्छेने सहभाग घेतला व जिवावर उदार होऊन लढल्या. काही स्त्रियांनी हेरगिरी करताना पकडले जाण्याची नामुष्की टाळण्यासाठी मृत्यूला कवटाळले.

यापैकी काही रणरागिणींच्या कथा पुढीलप्रमाणे -

ओडेट सॅनसम

(१९१२-१९९५)

दुसऱ्या महायुद्धामध्ये जर्मनी, इटली व जपान या देशानी एकत्रितपणे युद्ध लढण्यासाठी युती केली होती. त्यामुळे शत्रू अधिक बलवान झाला होता. जर्मनीने ऑस्ट्रिया, हंगेरी, बेल्जियम, पोलंड, नॉर्वे, फ्रान्स हे युरोपिअन देश बळकावले होते. अशा या बलाढ्य हुकुमशाही राष्ट्रांविरुद्ध टक्कर देण्यासाठी, लोकशाहीचे रक्षण करण्यासाठी, प्राणपणाने लढण्यासाठी, इंग्लंड शर्थीचे प्रयत्न करीत होते. त्यासाठी जे अनेक प्रयत्न केले गेले, त्यापैकी एक होता, 'हेरगिरी.'

पहिल्या महायुद्धात 'एडिथ कॅव्हेल' ह्या इंग्लिश नर्सने जर्मनीने बळकाविलेल्या बेल्जिअमच्या प्रदेशात नर्स म्हणून शिरकाव करून दोस्त राष्ट्रांच्या सैनिकांना निसटून जाण्यासाठी मदत केली होती व हेर म्हणून उत्तम कामगिरी बजावली होती; पण तिचे खरे स्वरूप उघडकीस आल्यावर जर्मन सैन्यदलाने तिच्यावर गोळ्यांचा भडीमार केला होता. एडिथने केलेल्या लोकोत्तर कामगिरीचा आदर्श समोर होताच. त्यामुळेच १९४० मध्ये इंग्लंडने 'स्पेशल ऑपरेशन एक्झिक्युटिव्ह (SOE), ची स्थापना केली व आपले खरे स्वरूप कळू न देता छुपेपणाने कार्य करण्यासाठी, स्त्रियांचीही भरती केली.

नाझी सेनेचा नि:पात करण्याच्या कामात मदत करण्याची ३९ स्त्री हेरानी तयारी दर्शविली. ह्या स्त्रिया जगातील अनेक भागातून निवडल्या होत्या. त्या ब्रिटिश नागरिक असल्या तरी त्यांच्या माता-पितरांपैकी एखादाजण ग्रीक, डच, नार्वेजिअन, इटालिअन, पोलीश वा अमेरिकनही होता. काहीजणी फ्रान्समध्ये जन्मल्या, वाढल्या होत्या. त्यामुळे अशा प्रदेशात त्यांना पाठविले गेले, जिथली भाषा, रीतीरिवाज ह्या गोष्टींशी त्या परिचित होत्या.

ह्या SOE च्या कामगिरीचे महत्त्व सांगताना इंग्लंडचे पंतप्रधान विन्स्टन चर्चिल यांनी म्हटलं होतं, 'नाझी सेनेस प्रत्युत्तर देण्यासाठी काम करणाऱ्या गुप्त संघटनांबरोबर

छुपेपणाने काम करण्यासाठी, हे हजारो सैनिक जेव्हा जर्मनांनी बळकावलेल्या प्रदेशात प्रवेश करतील व आपली नियोजित कामगिरी पार पाडतील, तेव्हा सारा युरोप पेटून उठेल.'

ह्या ३९ स्त्री हेरांपैकी एक होती 'ऑडेट ब्रेली.' ती १९१२ मध्ये फ्रान्समध्ये जन्मली, पिकार्डो येथे त्यांच्या घरी 'रॉय सॅनसम' हा इंग्लिश गृहस्थ राहात होता. त्याच्या फ्रेंच भाषेत सुधारणा करायचे काम करताना, ती त्याच्या प्रेमात पडली. त्यांनी लग्न केले व इंग्लंडला आले. त्यांना तीन मुले होती. लग्नानंतरचे तिचे इंग्लंडमधील दशकभराचे आयुष्य अगदी साधारण, सहज, प्रवाहपतित होते.

ब्रिटिश सरकारने फ्रान्समध्ये जन्मलेल्या नागरिकांना, त्यांच्याजवळ त्यांच्या जन्मस्थानाचे फोटो उपलब्ध असतील तर ते घेऊन कार्यालयात येऊन भेटण्याची विनंती केली. ओडेट लगेचच फोटो अल्बम घेऊन त्या कार्यालयात गेली. तिचा उत्स्फूर्त प्रतिसाद, आकर्षक व्यक्तिमत्त्व पाहून तिथले अधिकारी खूप प्रभावित झाले. त्यांनी विनंती केली. 'या व्यतिरिक्त काही मदत करायला तुम्ही तयार आहात का?'

तिने संमती दर्शविली. जर्मनांबरोबरच्या आपल्या मायदेशाच्या शरणागतीने ती अंतर्यामी व्यथित झाली होती. मायदेशाच्या स्वातंत्र्यासाठी कुठलीही जोखीम पत्करायला ती तयार होती. तिची भरती करणाऱ्या अधिकाऱ्यांना तिच्या बुद्धिमत्तेची चुणूक जाणवली. तिच्या ठिकाणी कणखरपणा व दृढता हे गुण असल्याचेही जाणवले.

तिला त्यांनी प्रथमोपचाराचे, नर्सिंगचे शिक्षण देणाऱ्या संस्थेत पाठविले. असे शिक्षण देणे हा फक्त वरवरचा देखावा होता, प्रत्यक्षात त्यांना संरक्षणाचे, हेरगिरीचे शिक्षण दिले जात होते. जर्मनव्याप्त फ्रान्समध्ये हेरगिरी करण्यासाठी तिची निवड झाली होती.

ह्या प्रशिक्षणानंतर १९४२च्या ऑक्टोबरमध्ये ओडेटला एका बोटीने अँटीबेसला पाठविण्यात आले. तिथे तिची ग्रुप लिडर पीटर चर्चिलशी भेट झाली. ओडेटला बरगुंडीसाठी पाठविले जाणार होते; पण पीटरला ओडेटच्या व्यक्तिमत्त्वात जिद्द व कामाबद्दलची निष्ठा असल्याचे जाणवले. त्याने वरिष्ठांना विनंती केली, 'ओडेटला माझ्या ग्रुपमध्ये काम करण्याची परवानगी द्यावी.' ही विनंती मान्य झाली ती 'रेडिओ ऑपरेटर' या नात्याने पीटरला मदत करीत होती. एकत्र काम करताना, त्यांच्यात प्रेमसंबंध जुळून आले.

१९४३ मध्ये ओडेट, जर्मन अधिकारी कर्नल हेन्री ह्याच्या संपर्कात आली. कर्नल हेन्रीने दोस्त राष्ट्रांमध्ये सामील होण्याची इच्छा व्यक्त केली. त्याचे वागणे ओडेटला संशयास्पद वाटले. लंडनहून पॅरेशूटने परत आलेल्या पीटरजवळ तिने आपली शंका व्यक्त केली. त्याने हेन्रीवर पाळत ठेवली. ओडेटचा अंदाज बरोबर असल्याची पीटरची

खात्री झाली. हा आपणास फसवतोय, ह्याच्यापासून दूरच राहायला हवे असा धोका जाणवला; पण तोपर्यंत बराच उशीर झाला होता. जर्मन मिलिटरी इंटेलिजन्सने त्या दोघांना अटक केली.

१४ निरनिराळ्या जर्मन अधिकाऱ्यांनी ओडेटला अनेक प्रश्न विचारले, तपासणी केली. तापविलेल्या इस्त्रीचे चटके देणे, नखे जाळणे, पाठीवर गुद्दे मारणे, मारहाण करणे असे अनन्वित छळ केले; पण तिने मौन सोडले नाही. इतर SOE अधिकारी कुठे आहेत हेही वदवून घ्यायचा प्रयत्न केला; पण तिने काहीही कळू दिले नाही. तिच्याकडून माहिती काढून घेण्यासाठी त्यांनी जंगजंग पछाडले, पण व्यर्थ! तिने पटकन एक गोष्ट बनविली, 'पीटरचे आणि तिचे लग्न झालेय. ती ग्रुप लिडर आहे व तो तिच्या हाताखाली काम करतोय' या गोष्टीला ती धरून राहिली. आपले सांगणे खरे असल्याची खात्री पटविण्यातही तिला यश मिळाले होते. त्यामुळेच जर्मन अधिकाऱ्यांनी चर्चिलला फारसा त्रास दिला नाही, त्यांनी त्याची फक्त दोनदाच तपासणी केली होती.

१९४४ मध्ये ओडेटला रेव्हनब्रुकच्या छळ छावणीमध्ये पाठविण्यात आले ओडेटने तिथल्या अधिकाऱ्यांना सांगितले, 'इंग्लंडचे प्राईम मिनिस्टर विन्स्टन चर्चिल हे तिच्या नवऱ्याचे, पीटरचे काका आहेत.' तिच्या सांगण्यावर अधिकाऱ्यांचा विश्वास बसला. त्यामुळेच ते ओडेटला देहदंडाचे शासन करायला धजले नाहीत. त्यांनी तिला एकान्तवासाची शिक्षा दिली. एका कोठडीत ३ महिन्यापर्यंत डांबून ठेवले होते व अनन्वित छळ चालविला होता.

दोस्त राष्ट्रांचे सैन्य फ्रान्समध्ये घुसले, त्यांनी छळछावणीत प्रवेश केला तेव्हा तुरुंगाधिकाऱ्यांनी ओडेटला ओलीस ठेवून पळून जाण्याचा प्रयत्न केला. स्वतःच्या जिवाची तमा न बाळगता, ओडेटने ओरडून खरे काय आहे ते सांगितले व जर्मन अधिकाऱ्यांचा धीक्कार केला. मग तुरुंगाधिकाऱ्यांना शिताफीने अटक करून दोस्त राष्ट्राच्या अधिकाऱ्यांनी ओडेटची जर्मनांच्या तावडीतून सुटका केली.

छळछावणीमध्ये झालेल्या अनन्वित शारीरिक छळामुळे ओडेट खूप अशक्त झाली होती. शरीरावर झालेल्या जखमा कालांतराने भरून येतात; पण मनावर उमटलेले ओरखाडे मात्र लवकर बुजत नाहीत. अशावेळी मन कटू होणे, मानासिक दौर्बल्य येणे सहज संभवनीय असतं; पण ओडेटच्या बाबतीत असे झाले नाही. तिने उर्वरित आयुष्यात, युद्धामध्ये शारीरिक व मानसिक दुःख भोगलेल्या रुग्णांच्या दुःखावर फुंकर घालायचा, त्यांना मदत करायचा प्रयत्न केला.

१९४७ मध्ये ओडेटचे पीटरशी लग्न झाले; पण ते अयशस्वी ठरले. पुढे तिने जॉफ्री हॅलोव्हजशी लग्न केले, तोही तिच्याचप्रमाणे SOE मध्ये काम केलेला गृहस्थ होता.

१९९० मध्ये दुसऱ्या महायुद्धात हौतात्म्य पत्करावे लागलेल्या शूर वीरांच्या स्मरणार्थ, रेव्हनब्रुक छावणीमध्ये एक स्मारक उभारण्यात आले. तेव्हा ओडेटने ह्या ठिकाणास भेट दिली. जुन्या स्मृतींना उजाळा दिला गेला.

युद्धामध्ये प्रत्यक्ष सहभाग घेऊन धीरोदात्त काम केले, अशा व्यक्तींना इंग्लंडमध्ये 'जॉर्ज क्रॉस' हे पदक देऊन गौरविण्यात येते.

१९५० मध्ये ओडेटला हे पदक देऊन गौरविले गेले. त्या पदाचा स्वीकार करताना केलेल्या भाषणामध्ये ती म्हणाली, 'युद्धामध्ये सहभाग घेऊन ज्यांनी अत्यंत बहुमोल कामगिरी बजावली, अशा सर्व अनामिक व्यक्तींच्या वतीने मी हे पदक स्वीकारत आहे. तसे पाहिले तर मी एक अतिसामान्य स्त्री आहे. माझे नशीब थोर होते, त्यामुळे मला युद्धात सहभागी होण्याचा अनन्यसाधारण अनुभव मिळाला. ह्या अनुभवाने मला समृद्ध केलंय. जीवावर बेतले असता, अत्यंत कठीण परिस्थितीत माणसे कशी वागतात व शिखर पादाक्रांत केल्यानंतर त्यांच्या वृत्तीत कसा फरक पडतो हेही पाहायला मिळाले.'

१९५० मध्ये 'ओडेट' हा सिनेमा बनविला गेला. त्यामध्ये ओडेटची शौर्यकथा चित्रित केली आहे. १९९५ मध्ये ओडेट ख्रिस्तवासी झाली. स्त्रिया ह्या अबला नाहीत. एक सर्वसामान्य गृहिणीही स्वत:च्या जिवाची पर्वा न करता, मोठी धीरोदात्त कामगिरी पार पाडू शकते, हेच यामुळे सिद्ध होते.

एलेनार रुझव्हेल्ट म्हणत असे, 'स्त्रिया असतात टी-बॅग्जसारख्या, उकळत्या पाण्यात बुडविल्यावरच त्यांचा कडकपणा जगापुढे प्रकट होतो, हेच खरे आहे!'

हॅना सॅनेश
(१९२१-४४)

दुसऱ्या महायुद्धात, आपल्या अतुलनीय शौर्याने चिरस्मरणीय ठरलेली 'हॅना सॅनेश' ही ज्यू युवती फक्त बावीसच वर्षांची होती. ती कविता रचत असे, तिच्या आईवडिलांनी पॅलेस्टाईनला स्थलांतर केले होते. त्यामुळे पॅलेस्टाईनमध्ये 'स्पेशल ऑपरेशन एक्झिक्यूटिव्ह' म्हणून काम करण्यासाठी तिची नियुक्ती झाली होती.

१९४४ मध्ये विमानातून उड्डाण करून तिने युगोस्लाव्हियामध्ये पॅराशूटने प्रवेश केला. हंगेरीमध्ये स्थानबद्ध केलेल्या ज्यू लोकांची सोडवणूक करायची कामगिरी तिच्यावर सोपविली होती. जर्मन सैनिक हंगेरीवर ताबा मिळविण्याचा प्रयत्न करीत आहेत व मोठ्या संख्येने चाल करून येत आहेत असे वृत्त समजल्यामुळे, तिच्याबरोबर काम करणाऱ्या दोन साथीदारांनी ऐनवेळी माघार घेतली. हॅनाला ठाऊक होते, आपल्यावर सोपविलेल्या कामात मोठा धोका आहे; पण तिने जोखीम पत्करली व हंगेरीच्या छळछावणीमध्ये प्रवेश करण्यासाठी युगोस्लाव्हियाची सरहद्द ओलांडली. हे करीत असताना हॅनाच्या डोळ्यापुढे एकच लक्ष्य होते, या छळछावणीमध्ये कोंडून ठेवलेल्या आपल्या आईची सुटका करणे.

या प्रयत्नामध्ये ती असफल झाली व तिला अटक करण्यात आली आणि बुडापेस्टच्या तुरुंगात ठेवण्यात आले. तिचा अनन्वित छळ झाला. तिने तरीही मौन मात्र पाळले. तिची आई त्याच छावणीत होती; पण तिने ओळख दाखविली नाही. ती जेवणाची थाळी वाजवून अथवा आरशासारखा कवडसा पाडून, इतर कैद्यांशी संपर्क साधण्याचा प्रयत्न करे, त्यांचे मनोधैर्य उंचविण्याचा प्रयत्न करीत असे. तिच्याविरुद्ध देशद्रोहाचा खटला चालविला गेला व तिला देहदंडाची शिक्षा झाली.

शत्रू सैनिकांनी गोळ्यांच्या फेऱ्या झाडून सर्वांसमक्ष तिच्या शरीराच्या चिंधड्या केल्या. युद्धवेदीवर चढविलेल्या ह्या अशा सुकुमार कलिकांच्या समर्पणाच्या कहाण्या पुढील काळात, खास करून अनेक तरुणींना देशभक्तीची प्रेरणा देतील हे नक्की.

व्हायोलेट

दुसऱ्या महायुद्धामध्ये घडलेल्या सत्यघटनेमध्ये इतकी चित्तथरारकता व वैविध्य-वैचित्र्य होते की, कुठल्याही प्रतिभावान लेखकालाही इतक्या कसदार कथा सुचल्या नसत्या. ह्या अनेक शौर्यकथांवर आधारित अत्युत्कृष्ट चित्रपट निघाले, त्यामुळे त्या रसिक प्रेक्षकांपर्यंत पोहोचल्या व अजरामर ठरल्या.

१९५८ मध्ये चित्रीत केलेला, 'कार्व्ह हर नेम विथ प्राईड', हाही असाच एक उत्कृष्ट सिनेमा होता. SOE मध्ये हेरगिरीचे काम धाडसाने पार पाडलेल्या एका जिद्दी तरुणीची ही शौर्यकथा.

अल ॲलेमीच्या युद्धात धारातिर्थी पडलेल्या फ्रेंच अधिकाऱ्याची पत्नी व्हायोलेट हिने स्पेशल ऑपरेशन एक्झिक्युटिव्ह म्हणून काम करण्यासाठी नाव नोंदविले. व्हायोलेट लग्नाआधी फ्रान्समध्ये वास्तव्य करीत असे, तिला एक तान्ही मुलगीही होती; पण देशहितास प्राधान्य देऊन तिने मुलीला दाईकडे सोपवून, अभ्यासक्रम पूर्ण केला.

१९४४ च्या एप्रिलमध्ये पॅरॅशूटने उड्डाण करून ती फ्रान्समधील चेरबोर्ग येथे पोहोचली. जर्मनीने उद्ध्वस्त केलेल्या संपर्क व्यवस्थेची जोडणी केली. त्यानंतर लिमोगेज येथील शत्रूच्या संदेशवाहनातून गुप्त माहिती मिळविण्याचे धाडसी काम करीत असता तिला दोनदा अटक झाली; पण ती शत्रूच्या हातावर तुरी देऊन निसटली. शेवटी शत्रूने तिची कोंडी केली असताही, तिने शरण जाणे नाकारले. ती आपल्या बंदुकीतून गोळ्याचा वर्षाव करीत होती, शेवटी अतिश्रमाने थकून ती कोसळली, तेव्हा शत्रूने तिला अटक केली. तिचा अनन्वित छळ केला, तोही तिने मुकाटपणे सहन केला.

१९४५च्या फेब्रुवारीमध्ये २३ वर्षाच्या किशोरवयीन व्हायोलेटला रेव्हनब्रुक येथील छळ छावणीमध्ये निर्दयपणे ठार केले.

❖❖❖

आगळीवेगळी अभिनेत्री

सारा बर्नहर्ट
(१८४४-१९२३)

''फ्रान्सच्या राजदरबारातील गणिकेच्या ह्या मुलीने आपल्या अभिजात अभिनयाने चित्रपटसृष्टी व रंगमंच व्यापून टाकले. सर्व जगातील रसिकांना आपल्या सौंदर्याने व नाट्याने मोहित केले. सारा उत्तम दिग्दर्शक व व्यवस्थापन तज्ज्ञही होती.''

आपल्या उत्स्फूर्त अभिनयाने, अलौकिक सौंदर्याने व मधुर आवाजाने साऱ्या जगाला मंत्रमुग्ध करणाऱ्या 'सारा बर्नहर्ट' या अभिनेत्रीने एकोणिसाव्या शतकामध्ये खूप प्रसिद्धी मिळवली. तिला 'द डिव्हाईन सारा – दैवी सौंदर्य लाभलेली सारा–' असे म्हटले जाई.

ती जन्माने ज्यू होती. फ्रान्समध्ये राजदरबारी असलेल्या एका डच गणिकेची मुलगी. तिला लहानपणी ख्रिस्ती धर्मोपदेशक बनायचे होते; पण तिच्या आईच्या प्रियकराने, मॉर्नीने, राजदरबारी नाटके सादर करणाऱ्या कंपनीमध्ये साराला प्रवेश मिळवून दिला. साराला रंगभूमीवर जाण्याचीच भीती वाटायची; पण सारा स्वभावाने जिद्दी होती. तिने पुढील ६ वर्षात अभिनयाचे धडे गिरविले. नृत्याचे शिक्षण घेतले.

१८६९ मध्ये साराला राजदरबारी, नेपोलिअन तृतीय ह्या राजासमोर सादर होणाऱ्या नाटकात अभिनय करायची संधी मिळाली. साराच्या रंगभूमीवरच्या पहिल्याच पदन्यासाने तिने साऱ्या लोकांवर आपल्या सौंदर्याची, मोहक हालचालींची मोहिनी पसरविली. तिने फ्रेंच रंगभूमीवर अनेक नाटके सादर केली. 'किंग लियर' नाटकाच्या फ्रेंच आवृत्तीमध्ये तिने 'कॉर्डेलियाची' भूमिका केली. ती खूप गाजली. रॅसिन याच्या 'फ्रिद्रे' या सुप्रसिद्ध नाटकात ती प्रमुख भूमिका करीत असे. 'लाडेम ऑक्स कॅमेलियास' या नाटकातील तिची 'मार्गारिट'ची भूमिकाही विशेष गाजली. स्क्राइब याच्या 'अॅड्रीएने लेकोव्हेर' या नाटकात ती प्रमुख भूमिका करीत असे. साराने आपल्या उत्कट अभिनयाने ह्या नाटकातील भूमिका जिवंत केल्या.

प्रसिद्ध लेखक व्हिक्टर ह्यूगो, तिच्या मनातून रुंजी घालत येणाऱ्या सुमधुर आवाजावर बेहद्द फिदा होता. त्याने लिहिलेल्या शोकांतिक शेवट असणाऱ्या नाटकातही साराने काम केले. तिचे अश्रू, रडण्याचा आकांतही प्रेक्षकांना खिळवून ठेवत असे.

सिम्मंड फ्राईड म्हणत असे, 'साराच्या लहानखोर, कमनीय शरीराचा इंच न इंच रसरशीत व भूरळ पाडणारा आहे.'

साराने रंगभूमीवरच्या आपल्या अभिनय सामर्थ्याने साऱ्या फ्रान्सला वेडं केलं होतं. तिच्या सौंदर्यानेही अनेकांना वेडं केलं. सारावर अनेकांनी प्रेम केलं. तिच्या बेछूट वागण्याने तिने ख्रिश्चन धर्मगुरूंची नाराजीही ओढवून घेतली होती. तिच्या प्रियकरांमध्ये ह्यूगो जेरे सारख्या गणमान्य व्यक्तीचा, व्हिक्टर ह्यूगोसारख्या लेखकाचा समावेश होता. 'प्रिन्स द लिग' हाही साराचा प्रियकर होता. सारा गरोदर असल्याचे त्याला समजल्यावर तो आनंदला खरा; पण सारा त्याला खट्याळपणे म्हणाली, 'गुलाबाच्या ताटव्यावर बुड टेकलं व जिव्हारी लागलं, तर कुठला काटा रुतला हे कसं समजणार!' ह्याच सुमारास साराने 'जॅक्स डमलार' ह्या नटाशी विवाह केला. तो व्यसनी होता. त्यांचे पटले मात्र नाही.

साराने फ्रेंच रंगभूमीवर आपला दबदबा निर्माण केला होता. १८७६ मध्ये तिने इंग्लंडमध्ये आपल्या नाटकांचे प्रयोग केले. हा दौरा कमालीचा यशस्वी झाला. इंग्लिश रसिक प्रेक्षकांनी तिचे भरभरून कौतुक केले. त्यानंतर १८८० मध्ये तिने अमेरिकेचा दौरा केला. अमेरिकेत जागोजागी तिच्या नाटकाचे प्रयोग झाले. तिने जुन्या अभिजात नाटकात भूमिका केल्या, तसेच प्रयोगशील आधुनिक नाटकांतूनही काम केले. ह्या स्त्री भूमिका होत्या; पण ती कधी कधी पुरुषांच्या भूमिकाही करीत असे. तिची हॅम्लेटची भूमिका विशेष गाजली. तिच्या लहानखोर व्यक्तिमत्त्वामुळे या भूमिकेत तिने शरीराचा व मनाचा कमकुवतपणा समर्थपणे व्यक्त केला.

अमेरिकन लेखक हेन्री जेम्सने तिच्याबद्दल खोडसाळपणे म्हटले आहे, 'प्रतिभासंपन्न साराने फ्रेंच प्रेक्षकांवर मोहिनी टाकली, त्यानंतर इंग्लिश लोकांच्या मनाचा कब्जा घेतला. अमेरिकेत यश संपादन करणं कठीण आहे. कारण ती इथे येताच अमेरिकेचीच झालीय.' मार्क ट्वेन म्हणे, 'जगात पाच प्रकारच्या अभिनेत्री आहेत. वाईट, बऱ्या, चांगल्या, ग्रेट व पाचवी सारा बर्नहर्ट!'

सारा फक्त अभिनेत्रीच नव्हती, ती स्वत: एक प्रतिभासंपन्न लेखिका होती. तिने अनेक इंग्लिश नाटकांचे फ्रेंचमध्ये रूपांतर केले आहे. ती नाटकांचे दिग्दर्शनही करीत असे. तिने स्वत:ची नाटककंपनी काढली व तिने जगभर दौरे केले. ती एक यशस्वी व्यवस्थापकही होती. पुष्कळ पैसाही मिळविला.

मनाने अत्यंत संवेदनशील व कनवाळू होती. तिला जेव्हा समजले की, आपला दारुडा नवरा फ्रान्समध्ये परतलाय व आजारी आहे आणि एका गलिच्छ वस्तीत कसंबसं आयुष्य काढतोय तेव्हा ती स्वत: तिथे गेली, त्याला भेटली. तिने त्याला स्वत:च्या खर्चाने एका खाजगी रुग्णालयात दाखल करून इलाज करविले.

त्या जुन्या काळातही तिने जगभर आपल्या नाटकांचे प्रयोग केल्यामुळे ती पहिली जागतिक कलाकार ठरली. मनोरंजनाच्या क्षेत्रात चित्रपटांनी शिरकाव केला तेव्हा साराने काही पहिल्या मूकपटात कामे केली. १९१२ मध्ये प्रदर्शित झालेला, तिच्या नाटकाचेच सिनेमात रूपांतर केलेला, 'ला डेम ऑक्स कॅमेलियास' व 'क्वीन एलिझाबेथ' हे मूकपट विशेष गाजले.

पुढे 'ला टोस्का' या नाटकात तटावरून उडी मारताना, साराच्या उजव्या पायाला जखम झाली, त्यात गँगरीन झाल्यामुळे पाय कापावा लागला, तरीही तिने अभिनय करणे चालूच ठेवले. रंगमंचावर खुर्चीत बसून ती काम करे. विशेष म्हणजे तो अभिनय पाहायलाही प्रेक्षकांची अलोट गर्दी होत असे.

याचवेळी पहिले महायुद्ध सुरू झाले. साराचे देशप्रेम व लोकशाहीवरील निष्ठा तिला स्वस्थ बसू देईना. ती चाकाच्या खुर्चीत बसून, युद्धभूमीवर गेली व युद्धासाठी सज्ज झालेल्या तरुणांचे मनोधैर्य उंचवायचा तिने प्रयत्न केला.

ज्यांच्या दिसण्या-वागण्या-बोलण्याबद्दल अनेक आख्यायिका प्रसृत होतात, अशा व्यक्तीपैकी एक 'सारा बर्नहर्ट' होती. तिच्या मृत्यूनंतरही अनेक दंतकथा तिच्या नावाशी जोडल्या गेल्या.

❖❖❖

रशियाची अलौकिक सम्राज्ञी

कॅथरीन द ग्रेट

(१७२९-१७९६)

''रशियाची 'झाशीची राणी' कॅथरीन ! उत्तम प्रशासक, मानवतावादी, रशियाचा साम्राज्यविस्तार स्वबळावर करणारी सम्राज्ञी. विशेष म्हणजे जन्माने रशियन नव्हती. समर्थ साथ लाभली ती प्रियकर, शूरवीर प्रिन्स पोटेमकिनची.''

जगाच्या इतिहासात आपल्या कर्तृत्वाचा ठसा उमटविणाऱ्या अशा ज्या लोकोत्तर व्यक्ती होऊन गेल्या त्यात रशियाची सम्राज्ञी - इतिहासात जी 'कॅथरीन-द-ग्रेट' या नावाने प्रसिद्ध आहे - हिचा आवर्जून उल्लेख करायला हवा.

रशिया या देशाला खंडप्राय आकार मिळवून देण्यात कॅथरीनचा मोठा वाटा आहे. तिच्या काळात तिने लढाया करून साम्राज्यविस्तार केला. इतकेच नव्हे तर कायदा व प्रशासन व्यवस्थेत तिने व्यापक सुधारणा घडवून आणल्या. रशियामध्ये होऊन गेलेल्या प्रशासकांमध्ये ती सर्वात जास्त

मानवतावादी प्रशासक होती. पुरुषी वर्चस्व असलेल्या जगामध्ये ज्या राण्या आपल्या कर्तृत्वाने अजरामर ठरल्या, त्यामध्ये इंग्लंडची राणी पहिली एलिझाबेथ हिच्या पाठोपाठ कॅथरीनचेच नाव घेतले जाते.

आश्चर्याची गोष्ट म्हणजे कॅथरीन रशियन नव्हती, जन्माने ती जर्मन होती. जर्मनीच्या एका छोट्या राज्यात १७२९ मध्ये तिचा जन्म झाला. जर्मनीच्या त्या राज्याची 'सोफीया' राजकन्या होती.

१७४६ मध्ये रशियाची सम्राज्ञी एलिझाव्हेटा हिला आपल्या मुलाचे - ग्रँड ड्यूक पीटरचे लग्न करावयाचे होते. सोयरीक जमवून देणाऱ्या मध्यस्थाकरवी तिने युरोपातील काही राजकन्या पाहिल्या, त्यात तिला जर्मनीच्या स्टेनीन प्रांताची- आत्ताचा पोलंड राजकन्या 'सोफीया' पसंत पडली. तिने वागदत्त वधूस रशियन भेटीचे निमंत्रण दिले. सोफीया लग्नाआधी दोन महिने रशियाला आली. तिने रशियन भाषा शिकून घेतली. सर्व चालीरीती शिकून घेतल्या. कट्टर कॅथॉलीक धर्माचा स्वीकार करून तिने 'कॅथरीन अॅलेक्सी' हे नवे नाव धारण केले. या आमूलाग्र बदलानंतर ती कट्टर रशियन - मूळ रशियनांपेक्षाही कट्टर झाली. तिने जर्मनीला रामराम ठोकून रशियाला प्रस्थान हलविल्यावर स्वत:ला बजावले असावे, 'तुला मिळालेली ही सुसंधी आहे, त्याचे सोने कर.' सोफीया उर्फ कॅथरीन रूढार्थाने सुंदर नसली तरी अत्यंत आकर्षक होती. तेजस्वी निळे डोळे व दाट तपकिरी केस असलेल्या कॅथरीनचा बांधा कमनीय व चाल डौलदार होती.

तिचे 'द ग्रँड ड्यूक पीटर'शी लग्न झाले. नवऱ्याच्या बाबतीत मात्र तिची घोर निराशा झाली. तो बुद्धीने सुमार, भित्रा, आळशी होता. कॅथरीनने आपल्या आदबशीर वागणुकीने सम्राज्ञी एलिझाव्हेटाचे मन जिंकले. राजदरबारी हितसंबंध जुळविले. कुशाग्र बुद्धीच्या कॅथरीनने राजकारणाचे शिष्टाचार व प्रशासनाचे शिक्षण आपल्या अचूक निरीक्षणाने मिळविले.

सम्राज्ञी एलिझाव्हेटाच्या मृत्यूनंतर पीटर रशियाचा झार झाला. तो 'पीटर तिसरा' म्हणून ओळखला जातो. पीटर स्वत: अकार्यक्षम होता. तो सल्लागार मित्रांवर अवलंबून असे. त्याने जर्मनीचे अंधानुकरण करायला सुरुवात केली. याच काळात कॅथरीन मात्र कट्टर रशियन झाली होती. रशियन जनतेत लोकप्रिय होती. लोक राणीला उघड पाठिंबा देत असत. पीटरला धोक्याची चाहूल लागली. त्याने कॅथरीनला तुरुंगात घालायचा कट रचला; पण कॅथरीनला कटाचा सुगावा आधीच लागला होता.

२८ जून १७६२ला कॅथरीनने लष्करी गणवेश चढविला व बंड पुकारले. सैन्याने कॅथरीनला पाठिंबा दिला. कॅथरीनने ग्रेगरी ऑरलोव्ह या ऑफिसरची मदत घेतली व पीटरला अटक केली. ऑरलोव्हने पीटरला गळा आवळून ठार केले. राजाचा कोठडीत मृत्यू झाल्याचे जाहीर झाले. कॅथरीनने सत्ता काबीज केली. त्यानंतर मात्र तिने अत्यंत धोरणीपणाने चोख राज्यकारभार केला. तिने शाळा, इस्पितळे बांधायला प्रोत्साहन दिले. स्त्रियांमध्ये शिक्षणाची गोडी निर्माण करण्यासाठी प्रयत्न केले. तिने युरोपातून अनेक गुणी लोक रशियात आणले. फ्रेंच संस्कृती व कला-कल्पनांचा स्वीकार व रशियात प्रसार केला.

प्रशासनाची सूत्रे हातात घेतल्यावर तिने प्रशासनात अनेक सुधारणा घडवून आणल्या. १७७६ मध्ये सर्व गोष्टींचा अभ्यास करून तिने 'कॅथरीनच्या सूचना' प्रसिद्ध केल्या. या सुधारणांच्या अंमलबजावणीसाठी तिने मास्कोत आयोग नेमला. काही सुधारणांना प्रस्थापित वर्गाने विशेषत: सरदार व जमीनदार वर्गाने विरोध केला. व्होल्गा प्रांतातील शेतकऱ्यांनी 'पुगाचेव्ह' या कोसॅक वंशाच्या पुढाऱ्याच्या नेतृत्वाखाली बंड उभारले. राणीने उठाव दडपून टाकले. बंडखोर नेत्यांना फासावर लटकविले. या प्रकरणात तिने जमीनदारांच्या विरोधात कठोर निर्णय घेतले; पण एरवी तिची कारकीर्द लोकाभिमुख राहिली.

१७७५ मध्ये तिने रशियाला सुव्यवस्थित अशी कायदेसंहिता दिली. प्रख्यात ब्रिटिश वकील ब्लॅकस्टोन व अन्य जर्मन कायदेपंडितांशी सल्लामसलत करून रशियातील राज्यांसाठी कायदे करण्यात आले. स्थानिक प्रशासन व प्रांतीय प्रशासनात व्यापक सुधारणा घडवून आणल्या व सर्वसामान्य जनतेला हक्क प्रदान केले. राणीने युरोपिअन राष्ट्रांशी उत्तम परराष्ट्र संबंध निर्माण केले. साम्राज्य विस्तार करायचे तिचे ध्येय होते. त्यासाठी तिला प्रिन्स ग्रेगरी पोटेमकिन या धाडसी, कुशल सेनानीची साथ होती. पोटेमकिन व कॅथरीन ह्यांची जोडी एकमेकाद्वितीयच म्हणावी लागेल.

ग्रेगरीचा जन्म १७३९ मध्ये स्मोलेन्स्कजवळ एका कुलीन, सुशिक्षित घराण्यात झाला. तो दिसायला सुंदर व बुद्धिमान होता. त्याचा परमार्थाकडे ओढा होता. त्याला धर्मगुरू व्हायचे होते; पण झाला 'गार्ड'. त्याच्यापेक्षा १० वर्षांनी मोठ्या असलेल्या सम्राज्ञीशी मैत्री झाली, त्याचे गाढ प्रेमात रूपांतर झाले. सत्ता हस्तगत करण्यापासूनच्या अनेक राजकीय अडचणींच्या वेळी त्याने राणीला साथ दिली. तिने संपादन केलेल्या यशामध्ये ग्रेगरीचे फार मोठे योगदान होते.

ग्रेगरीच्या अंगभूत हुशारीची, शारीरिक क्षमतेची, मुत्सद्दीपणी कॅथरीनला जाणीव होती. त्यामुळेच तो तिचा प्रियकर असला तरी त्याला राणीने 'प्रिन्स' हा दर्जा दिला. त्या दोघांनी युरोपमध्ये अनेक युद्धे जिंकली व साम्राज्य विस्तार केला. त्यासाठी वेळप्रसंगी पूर्वीच्या शत्रू पक्षांना मदतीस घेऊन मोठ्या शत्रूंचा नायनाट केला.

१७६८ साली प्रशियाचा फ्रेडरिक द ग्रेटच्या मदतीने ऑस्ट्रिया व तुर्कांचा पराभव केला. पण १७८७च्या तुर्कांविरुद्ध दुसऱ्या लढाईत ऑस्ट्रियाच्या मदतीने, प्रशियाचा पाडावा केला. राजकारणात कोणीच कायमचे शत्रू वा मित्र नसतात, हेच ह्यामुळे सिद्ध होतेय. तिच्या कारकिर्दीत काळा समुद्र, क्रिमिया व कॉकेशिअस पर्वतराशीपर्यंत रशियाचा विस्तार झाला. याच दरम्यान त्या दोघांनी पोलंडवरही विजय मिळविला. फ्रेडरिक द ग्रेटच्या मदतीने पोलंडचे विभाजन घडवून आणले.

१७८३ मध्ये क्रिमिया भाग हस्तगत केल्यावर ग्रेगरी पोटेमकिनला 'तौरीदा' हा किताब देण्यात आला. त्याने सेबस्तपोल येथे आरमारी तळ निर्माण केले. रशियन ब्लॅक सी फ्लीट निर्माण केली व खेरसन ते ओडीसा या भागात अनेक शहरे वसविली. त्या दोघांनी नौदलाची पुनर्बांधणी करून लष्कराच्या आधुनिकीकरणावर भर दिला.

ग्रेगरी पोटेमकिनही कॅथरीनप्रमाणेच क्षमाशील, शालीन, मानवतावादी, प्रजाहितदक्ष होता. तो धडाडीचा व कल्पक होता. ती व्यासंगी, संवेदनाक्षम होती. ती सर्वसत्ताधीश सम्राज्ञी होती. आपली जबाबदारी ओळखून तिने योग्य ते अंतर राखण्याचा प्रयत्न केला होता. तिने त्याला अनेक पत्रे लिहिली आहेत. एका पत्रात ती म्हणते, 'तुझी बरोबरी करू शकेल, असा एकही पुरुष या जगात नाही. मी माझ्या शरीराला, अगदी माझ्या केसानाही आज्ञा दिली आहे, तुझ्यावरच्या प्रेमभावनेला मनात कोंडून ठेवायचे, व्यक्त करायचे नाही; पण ओ पोटेमकिन! साऱ्या युरोपमध्ये सर्वोत्तम असल्याची ख्याती असणाऱ्या माझ्या मनावर तू ही काय जादू केलीयस, माझा स्वत:वर ताबाच राहिला नाहीय.' ही अशी एका सम्राज्ञीने लिहिलेली भावपूर्ण प्रेमपत्रेच त्यांच्यातील प्रेमासंबंधाची साक्षी आहेत. त्या दोघांनी गुप्तपणे लग्नही केले होते, अशी वदंता आहे.

१७९१ मध्ये पोटेमकिनचा मृत्यू झाला. हे वृत्त ऐकून कॅथरीनला खूप वाईट वाटले. मृत्यूसमयी त्याच्या हातात कॅथरीनचे पत्र होते. नेपोलियन व जोसेफाईन किंवा ॲन्टॉनी-क्लिओपात्रा यांच्या प्रेमकथांप्रमाणेच कॅथरीन- ग्रेगरी पोटेमकिन यांची प्रेमकहाणी अमर ठरली; पण ही प्रेमकहाणी जास्त यशस्वी होती, कारण त्या दोघांच्या एकत्र येण्याने रशियन जनतेचे कल्याण झाले, हे मान्य करावेच लागेल.

पुढे स्टॅलिनने ह्या पोटेमकिनबद्दल म्हटले आहे, 'ह्या एकाक्ष बाहुबलीने सर्व युरोपमध्ये निर्माण केलेल्या आख्यायिका, अरेबिअन नाईट्समधील सुलतानाप्रमाणेच चमत्कृतीपूर्ण आहेत.' प्रिन्स पोटेमकिन एकाक्ष होता. जन्मापासूनच तो तसा होता की एखाद्या लढाईत त्याला आपला डोळा गमवावा लागला हे ठाऊक नाही.

'पोटेमकिनसारख्या माणसाला हेरणे, त्याच्या बुद्धिमत्तेचा, शौर्याचा आपल्या राज्यविस्तारासाठी उपयोग करून घेण्यातच कॅथरीनच्या यशाचे गमक आहे', असेही आपले मत इतिहासकारानी नोंदविले आहे.

कॅथरीनच्या व्यक्तिमत्त्वात एकाच वेळी अनेक गोष्टींचा समावेश आढळतो. ती धूर्त, चाणाक्ष, मुत्सद्दी होती. त्याचबरोबर प्रजाहितदक्ष राणी होती. ती सभ्य, सुसंस्कृत व प्रेमळही होती. राज्यकारभार करीत असताना तिने वाचनाचा छंद जोपासला. व्हॉल्टेअर, दीदेरो व अन्य फ्रेंच तत्त्वज्ञांशी तिचा नियमित पत्रव्यवहार होता. 'ब्लॅकस्टोन कॉमेंटरीज' या ग्रंथाचा आणि बर्फा ह्याच्या 'नॅचरल हिस्टरी' या पुस्तकाचा तिच्यावर विशेष प्रभाव होता. तिच्या प्रभावामुळेच अनेक शिक्षक, शास्त्रज्ञ, लेखक, कलावंत रशियाकडे आकर्षित झाले. राणीने त्यांना उदार आश्रय दिला.

तिला उंची कलात्मक वस्तूंचा संग्रह करण्याचा छंद होता. तिने 'हेर्मिटेज'सारखी वास्तू उभारली. त्यात युरोपिअन कलावस्तूंचा उत्तम संग्रह केला. हे संग्रहालय जगातील अप्रतिम कलादालन म्हणून प्रसिद्ध आहे.

कॅथरीनची अखेर मात्र शोकांतिका ठरली. तिची नात 'अलेक्झांड्रिया' व स्वीडनचा राजा 'गुस्टाव्हास अॅडॉल्फस', यांच्या विवाहाची बोलणी चालू होती. कॅथरीनने विवाह करारात काही कलमे वाढविली, तेव्हा राजाने नकार दिला व लग्न मोडले. या घटनेने राणीला जबरदस्त धक्का बसला. मेंदूतील रक्तस्त्रावाने १० नोव्हेंबर १७९६ रोजी कॅथरीन ख्रिस्तवासी झाली.

❖❖❖

स्त्रियांचे पहिले ब्युटीपार्लर

मार्था हार्पर

"आज सर्व गल्लीबोळातून 'पार्लर' दिसतात; पण १८८०/९०च्या काळात बायकांचे सलून' म्हणजे मार खाण्याचेच लक्षण होते; पण परिस्थिती विरुद्ध दंड थोपटून आता अफाट पसरलेल्या, ह्या धंद्याची सुरुवात केली 'मार्था हार्परनं.' ह्याचाच वटवृक्ष झाला आहे 'हार्पर इन्स्टिटयूट्स."

आज स्त्रिया जीवनातील बहुतेक सर्वच क्षेत्रांमध्ये आपल्या कर्तृत्वाचा ठसा उमटवीत आहेत; पण उत्क्रांतीच्या ह्या टप्प्यांपर्यंत पोहोचण्याचा प्रवास काही फारसा सुखाचा नव्हता. आपली पात्रता सिद्ध करण्यासाठी नोकरी व्यवसायामध्ये घट्ट पाय रोवण्यासाठी स्त्रियांना अनेक संघर्षांना, अडचणींना धैर्याने तोंड द्यावे लागले, अनेक दिव्यांना सामोरे जावे लागले.

आपल्या सौंदर्याची निगा राखण्यासाठी स्त्रिया आज ब्युटी पार्लर्समध्ये जातात. अगदी गरीब वस्त्यांमधून, झोपडपट्ट्यांमध्येही ब्युटी पार्लर्स असतात; पण पूर्वीच्या काळी अगदी

काल परवापर्यंत स्त्रिया घरकामातच बुडालेल्या असत. त्यांना आपल्या शरीराकडे, सौंदर्याकडे लक्ष पुरवायला सवडच नसायची.

ही परिस्थिती थोड्याफार फरकाने सर्व देशात सारखीच होती. जुन्या काळी अमेरिकेसारख्या प्रगत देशातही सर्वसामान्य स्त्रिया आपल्या सौंदर्याची निगा राखण्याविषयी उदासीनच होत्या. श्रीमंत, उच्चवर्णीय स्त्रिया आपल्या केसांची निगा राखण्यासाठी हेअर ड्रेसरना घरी बोलावित. तसे तर आपल्याकडेही राण्यांच्या दिमतीला दासी असत. महाभारतामध्ये अज्ञातवासात असलेली द्रौपदी म्हणजेच सैरंध्री, ही केशरचना करण्यामध्ये कुशल असल्याचा उल्लेख आहे.

अमेरिकेत रोचेस्टर येथे १८८८ साली, मार्था माटिल्डा हार्पर या ३१ वर्षांच्या महिलेने खास स्त्रियांसाठी असे आपले पहिले हेअर ड्रेसिंग सलून उघडले. त्या काळी हा एक धाडसी निर्णय होता व हे धाडस करणारी मार्था ही रोचेस्टरमध्ये घरकाम करणारी, घराची साफसफाई करणारी साधी नोकर होती. घराची साफसफाई, बिछाने आवरणे असे काम झाल्यावर ती आपल्या 'मालकिणी'च्या केसांचीही निगा राखायची; पण फावल्या वेळात ती आपल्या खोलीत जायची व त्वचेसाठी क्रीम बनविणे, केसांच्या वाढीसाठी हेअरटॉनिक बनविणे ह्या उद्योगात मग्न असायची. रोचेस्टरला येण्यापूर्वी मार्था कॅनडामध्ये ओन्टारिओला एका डॉक्टरच्या घरी नोकरी करीत असे. तिथे तिने त्या डॉक्टरकडून घरच्या घरी, शास्त्रशुद्धरीत्या त्वचेसाठी क्रीम बनवायचा फॉर्म्युला शिकून घेतला होता. त्या ज्ञानाचा उपयोग करून स्वतःचा व्यवसाय उभारायचा व आर्थिक दृष्ट्या स्वावलंबी व्हायचा मार्थाचा निर्धार होता. त्यासाठी ती पैसे वाचवित असे.

३६० डॉलर्स भांडवल गुंतवून, मार्थाने रोचेस्टरमधील गजबजलेल्या मोक्याच्या ठिकाणी आपले दुकान उघडले. ह्या अशा प्रतिष्ठित परिसरात एखाद्या स्त्रीने असे स्त्रियांच्या केसांची, त्वचेची निगा राखण्यासाठी दुकान उघडण्यासाठी बराच विरोध होईल, जननिंदेला तोंड द्यावे लागेल ह्याची तिला कल्पना होती. म्हणूनच तिने एका प्रसिद्ध स्थानिक वकिलांची कायदेशीर मदत घेतली. त्यामुळे जागेसंबंधीच्या तक्रारीला चोख प्रत्युत्तर देता आले व आपल्या हक्काच्या जागेवर मार्थाला आपले दुकान थाटता आले.

मार्था उंचीने ५ फूटच होती; पण तिचे व्यक्तिमत्त्व खूपच आकर्षक होते. तिचे केस लांबसडक होते. दुकानाच्या दर्शनी भागावर मार्थाने आपला फोटो लावला होता. दोन्ही खांद्यावरून, दोन्ही बाजूस पुढे रूळणाऱ्या लांब वेण्या व चेहऱ्यावरील लोभस हास्य, यामुळे येणाऱ्या-जाणाऱ्यांचे त्या फोटोकडे लक्ष जाई व त्यांचे पाय क्षणभर थबकत. मार्थाचे छान लांब केस हा बायकांचा चर्चेचा, कौतुकाचा विषय ठरला; पण

तरीही मार्थाच्या दुकानाकडे फारशा बायका फिरकत नव्हत्या. सौंदर्याची निगा राखण्यासाठी दुकानात जाऊन पैसे मोजायचे, ही कल्पनाच तेव्हा नवीन होती.

पण मार्थाच्या सुदैवाने तिच्या दुकानाशेजारच्या गाळ्यात एक संगीताचा क्लास चालू होता. मुलांना क्लासमध्ये सोडण्यासाठी तिथे मुलांच्या आया येऊ लागल्या. त्यांना क्लास संपेपर्यंत तिथे ताटकळत उभं राहावं लागे. मार्थाने त्या आयांना आपल्या दुकानात थांबण्याची परवानगी दिली. मग बायका ह्या फावल्या वेळामध्ये मार्थाच्या दुकानात केसांसाठी व त्वचेसाठी ब्युटी ट्रीटमेंट घेऊ लागल्या. मार्थाच्या हातात जादू होती. आपल्या सौंदर्यामध्ये भर घालणारी ही ब्युटी ट्रीटमेंट बायकांना आवडू लागली. अशाप्रकारे मार्थाच्या व्यवसायाची सुरुवात एका संगीत क्लासच्या सान्निध्यामुळे झाली. लवकरच धंद्याला बरकत आली.

त्या काळच्या प्रसिद्ध स्त्रियांनी तिच्या दुकानास भेट दिली, त्यामध्ये एक होती सुसान बी ॲन्थॉनी.

आज आपण ब्युटी पार्लरमध्ये जी मागे कलणारी खुर्ची पाहतो, ज्या खुर्चीच्या वापरामुळे केस बेसिनमध्ये धुणे सोयीचे होते, त्या खुर्चीचा वापर प्रथमत: मार्थाच्या ह्या दुकानात झाला, कारण मार्थाच्या सूचनेबरहुकूम ही खुर्ची बनविली होती.

त्या काळी मार्थाचे रोचेस्टर येथील हे ब्युटी सलून खूप प्रसिद्ध होते. पुष्कळ मातब्बर स्त्रियांनी मार्थाला आपल्या गावात असे सलून उघडण्याची विनंती केली; पण तसे न करता, आपले प्रॉडक्ट वापरून सलून चालविणाऱ्या, आपल्याप्रमाणेच उत्कृष्ट गुणवत्ता व सचोटी ह्यासारख्या तत्त्वांशी निष्ठावान असणाऱ्या स्त्रियांना मार्थाने सलून उघडायला प्रोत्साहित केले. त्यामुळे बऱ्याच मध्यमवर्गीय स्त्रियांना व्यवसाय करण्याची संधी मिळाली. त्या आत्मनिर्भर झाल्या. अमेरिकेतील बऱ्याच शहरांत हार्पर सलूनच्या शाखा निघाल्या.

झपाट्याने काळ बदलला. सौंदर्याची निगा राखण्यासाठी सलूनला भेट देणे या गोष्टीस सर्वमान्यता मिळाली. मार्थाने १८९१ पासून कमिशन्ड एजंट नेमून आपल्या व्यवसायाचा पद्धतशीर विकास केला. अमेरिकेतच नव्हे तर युरोप, सेंट्रल अमेरिका व आशिया या देशातही मार्थाची सलून होती, त्यांची संख्या होती ५००!

१९२० मध्ये मार्थाने ट्रेनिंग इन्स्टिट्यूट व हार्पर लॅबोरेटरी सुरू केली. मार्था वेळोवेळी ह्या संस्थांना भेट देई. आपल्या विद्यार्थ्यांना मार्गदर्शन करत असे.

मार्थाने मोठ्या जिद्दीने हा आगळा वेगळा व्यवसाय उभारला व नावारूपाला आणला. आपल्या अंगभूत कलेचा वापर करून खूप पैसाही मिळविला.

वयाच्या ६३व्या वर्षी तिने ३९ वर्षे वयाच्या कॅप्टन रॉबर्ट मेलेनशी लग्न केले. मार्थाने लावलेल्या छोट्या रोपट्याचे रूपांतर यशावकाश वटवृक्षामध्ये झाले. हार्पर इन्स्टिटट्यूट्स ही आजही एक नामांकित संस्था आहे.

मार्थाने अथक परिश्रमाने व काटेकोर नियोजनाद्वारे आपले स्वप्न साकार केले. आपल्या उदाहरणाने तिने पुढील पिढ्यांसमोर आदर्श वस्तुपाठ घालून दिला.

केल्याने देशाटन

लेडी हेस्टर

''एखादी भन्नाट, निराळीच वाट
चोखाळायची. त्यातही ती एका
स्त्रीने ! पुरुषी वर्चस्वाच्या ह्या
प्रांतात काही स्त्रियाही होत्या.
त्यातील ही 'लेडी हिस्टर'
लंडनसारख्या शहरात अफाट
संपत्तीत लोळण्याचे सोडून, ही बाई
लेबनॉनच्या पालमिरा वाळवंटात
धनगर समाजात कोणत्या
अंत:प्रेरणेने विसावली असेल?''

आपण सर्वसामान्य माणसे एकाच ठिकाणी पिढ्यान् पिढ्या वास्तव्य करून शांत, संयत आयुष्य व्यतीत करण्यातच धन्यता मानतो ; पण अशाही काही चळवळ्या, साहसी व्यक्ती असतात, ज्यांना 'दुज्या गावच्या वाटा खुणावत' असतात. व्यापार–उदीमाच्या हेतूने नशीब कमवायला किंवा निव्वळ उत्सुकतेपोटी ते नवनव्या प्रदेशांना भेटी देतात. पूर्वी दळणवळणाची साधने चांगली नव्हती. रस्ते, नकाशे, भूप्रदेशाची माहिती या सर्व गोष्टींची वानवा होती, तरीही ह्या साहस वीरानी हे दिव्य पार पाडले. इतकेच नव्हे तर आपल्या या प्रवासाचे वर्णनही लिहून ठेवले आहे, ही आश्चर्याची बाब आहे.

परदेशगमनाच्या या पुरुषी वर्चस्वाच्या प्रांतात काही तुरळक धाडसी स्त्रियांनीही मुशाफिरी केलीय. त्यापैकी एक होती सर्वात पहिली मुसाफिर – लेडी हेस्टर स्टॅन होप. हेस्टर एका श्रीमंत घराण्यात जन्मलेली (लॉर्ड विल्यम पिहची पुतणी) असल्यामुळे सुखासीन, समृद्ध आयुष्य उपभोगण्याची निश्चिंती होती; पण दिसायला सुंदर, आकर्षक, असणारी हेस्टर मनाने खंबीर, धाडसी होती.

नव्या प्रदेशाला भेटी द्याव्या ह्या आंतरिक उर्मीने तिने १८०९ मध्ये लंडनहून समुद्रमार्गे प्रवासासाठी प्रयाण केले. उद्देश होता मध्य पूर्व आशियातील पवित्र स्थळांना भेटी द्यायचा. त्या काळी ब्रिटनमध्येच काय, जगामध्ये कुठेही एकट्या बाईने प्रवास करण्याचे धाडस करणे, हे प्रस्थापित समाजाच्या नीतीनियमांच्या चौकटीत बसणारे नव्हतेच.

लेडी हेस्टरने, चार्लस मेरीयन या आपल्या विश्वासू साथीदाराला बरोबर घेतले. चार्लस् व्यवसायाने डॉक्टर होता.

ह्या डॉक्टरने १८४५ मध्ये लेडी हेस्टरबद्दलच्या आठवणी व त्यांनी केलेला प्रवास याबद्दल लिहून ठेवले असल्यामुळेच ह्या प्रवासास एक सत्य घटना असल्याची पावती मिळालीय.

ह्या सर्व हजारो मैलांच्या प्रवासाचा हा धावता शब्दपट. त्यांच्या प्रवासातील पहिला मुक्काम होता जिब्राल्टरला. तिथून ते माल्टाला पोहोचले. माल्टाला बरेच दिवस मुक्काम केला, इथे हेस्टरचा मायकेल ब्रुस ह्या तरुणाशी परिचय झाला. मायकेल एका श्रीमंत इंग्लिश व्यापाऱ्याचा मुलगा असल्यामुळे पैशाची ददात नव्हती. एक वर्षपर्यंत ते माल्टातच राहिले. त्या दोघांनी लग्न केले नसले तरी त्यांचे प्रेमसंबंध होते. माल्टाहून ते अथेन्सला गेले. अशी आख्यायिका आहे की, लेडी हेस्टरला भेटण्यासाठी तिचे स्वागत करण्यासाठी सुप्रसिद्ध कवी लॉर्ड बायरनने समुद्रात उडी घेतली होती.

अथेन्सहून ते कॉन्स्टॅन्टिनोपलला आले. इथे तिने जवळजवळ वर्षभर मुक्काम केला. त्यानंतर ते कैरोला गेले. कैरोला तळ ठोकून तिथून लेबॅनॉनला व इतर धार्मिक स्थळांना भेटी दिल्या. याच प्रवासात रोडस् येथे चाच्यांनी हल्ला करून त्यांच्याजवळील सर्व चिजवस्तू लुटल्या, त्यात लेडी हेस्टरचे सर्व कपडे चोरीला गेले होते; पण तिने नंतर तुर्की पुरुष वेष – पायघोळ, अंगरखा, तुमान, कशिदा केलेले जॅकेट व डोक्याला फेटा, कमरेला समशेर धारण केला.

अशा पुरुषी वेषातल्या युरोपिअन स्त्रीच्या दर्शनाने दमास्कस येथील नागरिकांना अचंबित केले. १८१३ मध्ये ते दमास्कसहून पालमिरा ह्या भग्नावस्थेतील पुरातन पवित्र

शहराकडे जाण्यासाठी निघाले. २२ उंटाचा काबिला बरोबर होता, त्यावर सर्व सामान लादले होते. वाळवंटातून इतका खडतर प्रवास करून या पवित्र स्थळाला भेट देणारी ती पहिलीच युरोपिअन स्त्री होती. तिच्या सन्मानार्थ तिथल्या नबाबाने एक समारंभ आयोजित केला व लेडी हेस्टर स्टॅन होपला 'वाळवंटाची राणी' हा किताब बहाल केला.

पालमिराच्या प्रवासानंतर मायकेल इंग्लंडला परत गेला; पण लेडी हेस्टर लेबनॉनमध्येच राहिली. पुढे लेबनॉनमध्ये यादवी युद्ध झाले तेव्हा तिने धार्मिक यात्रा करणाऱ्या प्रवाशांना आश्रय देऊन त्यांचे रक्षण केले होते.

१८३४ मध्ये अलेक्झांडर किंगलेक हा साहसी प्रवासी व प्रसिद्ध प्रवासवर्णन लिहिणारा लेखक, लेडी हेस्टरला प्रत्यक्ष भेटला. त्याने तिच्यासंबंधी लिहून ठेवलंय, 'लेडी हेस्टर, ही लंडनच्या उच्चभ्रू समाजातील दिवाणखान्यात थाटाने वावरणाऱ्या स्त्रियांमध्ये शोभून दिसावी अशी शांत, सुंदर, संयमी स्त्री असूनही तिने इथल्या मेंढपाळ समाजातल्या लोकांमध्येही आपल्या खंबीर, करारी, निर्भय व्यक्तिमत्त्वाने दरारा निर्माण केला होता.

१८३९ मध्ये लेडी हेस्टर हे जग सोडून, अज्ञात ठिकाणच्या प्रवासाला निघून गेली.

क्रांतिप्रवर्तक

हरिएट बीचर स्टोव्ह

'' *हीच ती, जिच्या लेखनाने संपूर्ण*
अमेरिकेत वर्णद्वेषाविरुद्ध क्रांतीचा
वणवा पेटला.
'अंकल टाम्स केबिन' ह्या तिच्या
पुस्तकाने सर्वांना हादरवले. ''

लिहिलेल्या शब्दांमध्ये लोकांची मने पेटवून देण्याचे सामर्थ्य असते? किंवा एखादे पुस्तक क्रांती घडवू शकते? ह्या अशा गोष्टी अशक्य कोटीतील व असंभवनीय वाटतात; पण ह्या जगात असं खरंच घडून गेलंय.

१८६२च्या नोव्हेंबरमध्ये घडलेली हीच गोष्ट बघा! तेव्हाचे अमेरिकेचे अध्यक्ष अब्राहम लिंकन ह्यांनी निमंत्रित केलेल्या सन्माननीय पाहुण्यांपैकी, एका छोट्याशा कदीच्या, अगदी सर्वसामान्याप्रमाणेच दिसणाऱ्या; पण अत्यंत तेजस्वी, भावपूर्ण डोळे असणाऱ्या युवतीपुढे थोडेसे झुकून, हसून ते म्हणाले, 'हं! तर ती युवती तू आहेस होय!! जिने लिहिलेल्या पुस्तकाने, अमेरिकेमध्ये वर्णद्वेषाविरुद्धच्या क्रांतीचा वणवा पेटलाय? तुझे हार्दिक अभिनंदन !!!'

लिंकनसाहेबांनी ज्या पुस्तकाबद्दल ऊहापोह केला, ते पुस्तक होते, 'अंकल टॉम्स केबिन.'

'नॅशनल इरा', या साप्ताहिकामधून ही कादंबरी, क्रमशः प्रसिद्ध होत होती. या कादंबरीने, त्यावेळी तत्कालीन अमेरिकन समाजाला गदगदा हलवून सोडले, अस्वस्थ व अंतर्मुख केले.

वास्तविक पाहता, अमेरिकेत तेव्हाही लोकशाही नांदत होती. समाज आधुनिक व प्रगत होता; पण त्याचवेळी समाजाचाच एक हिस्सा असलेले काळे लोक, गुलामगिरीचे आणि हलाखीचे जीवन जगत होते. इतर सामाजाने डोळ्यांवर कातडे ओढले होते. काळ्या लोकांच्या केविलवाण्या स्थितीबद्दल आणि अठरा विश्वे दारिद्र्याबद्दल इतर लोकांना काहीही सोयर-सुतक नव्हते.

'अंकल टॉम्स केबिन' या कादंबरीत १८५० सालच्या समाजातील ह्या काळ्या लोकांच्या दुःखस्थितीचे वर्णन होते. त्यामुळे अमेरिकन उच्चभ्रू शिक्षित समाजास प्रथमच ह्या आर्थिक, सामाजिक विषमतेची बोचरी जाणीव झाली. ही कादंबरी लिहिली होती, 'हरिएट बीचर स्टोव्ह' या तरुणीने.

१४ जून १८११ रोजी अमेरिकेतील कनेक्टिकट राज्यातील 'लिचफिल्ड' येथे एका प्रोटेस्टंट पंथाच्या कुटुंबात, हरिएटचा जन्म झाला. तिचे वडील लायरन बीचर हे धर्मगुरू होते.

लग्न झाल्यावर हरिएट सिनसिनाटीला राहू लागली. ती फार भावनाप्रधान होती. लहानपणापासून आजूबाजूला वावरणारे काळे गुलाम, गुलामांच्या देवाणघेवाणीमुळे होणारी माता-पितरांची, भावा-बहिणींची ताटातूट, त्यामुळे होणारी भावनिक कुतरओढ तिने जवळून पाहिली होती. तिला वाटायचे ख्रिश्चन धर्मात येशूने सांगितलंय, 'सर्व लेकरे समान आहेत.' ह्या जगातील भेदभाव दूर करण्यासाठी प्रोटेस्टंट धर्मगुरूंनी पुढाकार घ्यायला हवा, असेही तिचे मत होते.

त्या काळी प्रचलित असलेल्या, 'ख्रिश्चन फ्युजिटिव्ह स्लेव्ह ॲक्ट'बद्दल, भेदभाव करणाऱ्या जाचक कायद्याबद्दल, समाजधुरीणानी आणि ख्रिश्चन धर्मगुरूंनीही कधीच विरोध दर्शविला नव्हता. ही वस्तुस्थिती होती.

सिनसिनाटीजवळ केंटकी प्रांतात गुलामगिरीविरोधी चळवळ राबविली जात होती. लग्नानंतर हरिएटचा ह्या चळवळीशी संबंध आला. तिने लेखनाच्या मार्गाने समाजप्रबोधन करायचे ठरविले व 'अंकल टॉम्स केबिन' ही कादंबरी लिहिली. कादंबरीची भाषा साधी आहे. त्या काळी लेखनविश्वात प्रचलित असलेल्या कल्पनारम्यतेला बाजूला सारून हरिएटने वास्तववादी लिखाण केलंय. आपल्या सभोवतालच्या न्यू इंग्लंड प्रांतातील काळ्या लोकांची बोलीभाषा टिपून तिला कादंबरीत

मानाचे स्थान दिलेय. कादंबरी हलक्या-फुलक्या नर्म विनोदानंही नटलीय. त्यामुळे लेखिकेने वाचकांना हसविलेय व हसता-हसताच रडविलेही आहे. ह्या कादंबरीत चितारलेल्या पात्रांचा, लोकांच्या मनावर इतका जबरदस्त प्रभाव होता की त्या व्यक्तिमत्त्वांचा देशातील बोलीभाषेत अंतर्भाव झाला आणि ती पात्रे अजरामर ठरली.

१८५२ मध्ये ह्या धारावाहिक कादंबरीने पुस्तकरूप धारण केले. 'अंकल टॉम्स केबिन' हे पुस्तक प्रचंड खपाचे बेस्ट सेलर ठरले. 'बायबल'नंतर अधिक प्रमाणात वाचलेले पुस्तक' अशी प्रशस्ती त्याला जोडली जाते. या पुस्तकाचे नाट्यरूपांतरही झाले. जगभरातल्या डझनभर भाषांमध्ये भाषांतरे झाली. अमेरिकन बाजारपेठेत 'अंकल टॉम्स केबिन' ही आद्याक्षरे लिहिलेल्या सुशोभित टोप्या, मेणबत्त्या, वॉलपेपर एवढेच काय, जे जे शोभेच्या वस्तू म्हणून दुकानात विकले जायचे, ते ते सर्व विकले गेले.

गुलामगिरीविरुद्ध अमेरिकेत जे आंदोलन छेडले गेले, त्यासाठी पूर्वपीठिका बनविण्याचे, अशा आंदोलनाचे महत्त्व लोकांच्या मनावर बिंबविण्याचे महत्त्वाचे काम या कादंबरीने केले हे नक्की !

या पुस्तकाचे राजकीय महत्त्व ओळखून, पुस्तकाची प्रशंसा करताना फ्रेडरिक डग्लस म्हणतात, 'उदात्त हेतूने प्रेरित होऊन, सूक्ष्म अवलोकनशक्ती, सम्यक दृष्टी असणारे, अतिशय संयत, उत्कृष्ट परिपूर्ण विवेचन करीत वाचकांना खिळवून ठेवणारे पुस्तक.' ह्याचवेळी ह्या पुस्तकावर अमेरिकेत टीकाही झाली. अमेरिकेच्या दक्षिण भागातील लोकांच्या मते, 'हे पुस्तक सर्व गुलामांचे प्रातिनिधिक वर्णन करणारे होऊ शकत नाही. गुलामगिरीचे वर्णन एकांगी व वर्णद्वेषाला चिथावणी देणारे, स्फोटक आहे.'

आपले पुस्तक ही एक रंजक कादंबरी आहे; पण त्याचे एवढेच महत्त्व नाही, त्याला 'ऐतिहासिक सत्यकथेचा दस्तऐवज' ह्या दृष्टीनेही महत्त्व आहे, ह्याची हार्नेटला जाणीव होती व म्हणूनच तिने १८५३ मध्ये 'ए की टू अंकल टॉम्स केबिन' ही कादंबरी लिहिली. ह्यामध्ये मूळच्या कादंबरीत समाविष्ट केलेल्या पात्रांच्याबद्दल व कादंबरीत वर्णन केलेल्या प्रसंगांबद्दल सविस्तर, लेखी पुरावे उद्धृत केले आहेत.

'अंकल टॉम्स केबिन' हे पुस्तक इंग्लंडमध्ये प्रसिद्ध होताच, पहिल्याच वर्षी त्याच्या १५ दशलक्ष प्रती खपल्या. हरिएट स्टोव्हला इंग्लंडच्या भेटीसाठी सन्मानपूर्वक बोलावण्यात आले. खूप मोठ्या जनसमुदायाने तिचे तेथे उत्स्फूर्त स्वागत केले. हरिएट स्टोव्हला तिच्या गुलामगिरी निर्मूलनाच्या कामासाठी इंग्लिश जनतेने सढळ हाताने आर्थिक मदत देऊ केली. कनेक्टीकटला परत आल्यावर, हरिएट स्टोव्हने ह्या पैशाचा उपयोग करून एक गुलामगिरीविरोधी चळवळ उभी केली. कंसास-नेब्रास्का येथील गुलामगिरीचा कायदा, मिसोरीच्या उत्तरेस असणाऱ्या केंद्रशासित प्रदेशास लागू करण्यास, प्रत्यवाय करणारा विनंती अर्ज सादर केला.

ह्याच सुमारास १८६१ मध्ये तिने गुलामगिरी विरुद्धची आपली दुसरी कादंबरी 'ड्रेड' प्रसिद्ध केली. साउथ कॅरोलिनामधील गुलामगिरीविरोधात लढणारा क्रांतिकारी नेता 'डेन्मार्क व्हेसे' याच्या जीवनावर आधारित असल्याची जाणीव करून देणारी ही कादंबरी होती. ह्या कादंबरीद्वारा हरिएट गुलामगिरी हा एक ज्वलंत राष्ट्रीय प्रश्न आहे, याची समाजाला जाणीव करून दिली.

पुढे १८५१ ते ५८ या काळात हरिएट ३० कादंबऱ्या लिहिल्या. अटलांटिक मासिक, इंडिपेंडेंट इ. वृत्तपत्रातून स्तंभलेखन केले. गुलामगिरी, स्त्रियांचे प्रश्न, बालमजुरी अशा ज्वलंत प्रश्नांना वाचा फोडली.

तिच्या लेखनगुणांबद्दल, लेखनशैलीबद्दल, साहित्यिक समीक्षकांचे फारसे अनुकूल मत नाही. त्यांच्या मते हे अतिरंजित, भावनांना हात घालण्यासाठी अवास्तव, भडक वर्णन करणारे लिखाण होते. अशा विषयावर लिहिलेले ते पहिलेच लिखाण असल्यामुळे वाचकांनी मात्र हरिएटच्या लिखाणास उचलून धरले व भरघोस प्रतिसाद दिला.

आजही 'अंकल टॉम्स केबिन' या पुस्तकाचे अनेक चाहते, वाचक आहेत. जगभरात लोकप्रिय, गुलामगिरीच्या अनिष्ट प्रथेस तिलांजली देण्याच्या उदात्त कार्यासाठी पूरक ठरलेले हे पुस्तक अमेरिकेत 'उदात्त राष्ट्रीय ठेवा' म्हणून जतन केले गेलेय.

१८९६ला ह्या प्रसिद्ध पुस्तकाची लेखिका 'हरिएट स्टोव्ह' काळाच्या पडद्याआड निघून गेली.

कृष्णवर्णीय
केशवर्धिनी

सारा वॉकर

''केस गळणे आणि खुरटणे
ह्यापासून कितीतरी व्यक्ती
(विशेषत: स्त्रिया) त्रस्त असतात.
स्वत:च्याच अशा अवस्थेवर उपचार
करून घेत असत, जगातील सर्व
अभाग्यांना दिलासा मिळाला,
साराच्या 'शाम्पूने' लोकांना शांती
मिळाली आणि 'सारा'सारख्या
गरिबीत पिचणाऱ्या कृष्णवर्णीय
युवतीला 'समर्थ उद्योजका'चा
मान.''

आजच्या आधुनिक काळामध्ये स्त्रिया पुरुषांच्या बरोबरीने शिक्षण घेत आहेत. शास्त्रज्ञ, वैमानिक, पोलीस ऑफिसर ही कालपर्यंत पुरुषांची मक्तेदारी असणारी क्षेत्रे; – पण त्याही क्षेत्रांत स्त्रिया पुरुषांच्या इतकेच कर्तृत्व गाजवीत आहेत. परवा–परवापर्यंत म्हटलं जायचं, चूल व मूल हेच स्त्रियांचे क्षेत्र; व्यवसाय करण्यासाठी लागणारे कौशल्य स्त्रियांच्या ठिकाणी नसते व धोका पत्करण्याची कुवत कमीच असते. पण आजकाल स्त्रियांनी अनेक व्यवसाय, उद्योगधंदे यशस्वीरीत्या व चोखपणे चालवून हे म्हणणे खोटे ठरविलेय.

अमेरिका हा एक भांडवलशाही देश आहे. या देशामध्ये नागरिकांना आपल्या अंगभूत गुणांचा विकास करण्याचे व उद्योगव्यवसाय उभारून संपत्ती संपादण्याचे, त्याचा संचय करण्याचे मुक्त स्वातंत्र्य आहे. अशा पोषक वातावरणामुळे, तिथे मोठमोठे उद्योग व्यवसाय उभे राहिले, त्यांचा विकास झाला, मोठमोठे औद्योगिक महासंघ निर्माण झाले. ज्यांच्याकडे संपत्ती होती, त्यांनी ती पुष्कळच वाढविली. युरोपमधून स्थलांतरित झालेल्या वेस्टर्न अँग्लो सेक्सन प्रोटेस्टंट (WASP) लोकांकडेच अमेरिकन समाजाचे आर्थिक, सामाजिक, राजकीय नेतृत्व चालून आले.

मात्र आफ्रिकन-अमेरिकन लोकांच्या नशिबी अठराविश्वे दारिद्र्यच होते. ना शिक्षण ना साधनसंपत्ती ! स्वत:चा व्यवसाय उभारण्याचे स्वप्न पाहणे ही एखाद्या पुरुषासाठीही दुरापास्त गोष्ट होती.

पण विसाव्या शतकाच्या आरंभी, 'सारा ब्रीडलव्ह वाकर' ह्या आफ्रिकन अमेरिकन कृष्णवर्णीय स्त्रीने शून्यातून व्यवसाय उभारला. आपल्या कृष्णवर्णीय भगिनींसाठीच नाही तर सर्वच अमेरिकन स्त्रियांची ती स्फूर्तीस्थान ठरली.

साराचा जन्म लॉझियाना राज्यामध्ये एका अत्यंत गरीब कुटुंबामध्ये झाला. ती सहा वर्षांची असताना तिची आई देवाघरी गेली व सातव्या वर्षी वडीलही वारले.

पोटाची खळगी भरण्यासाठी कष्ट करायला लागतात, हे भयाण वास्तव साराला लहान वयातच उमगले. तो प्रदेश कापूस पिकविणारा होता. शेजारपाजारच्या सर्वच बायका-मुलं कापूस वेचायला शेतावर जात असत. साराही त्यांच्याबरोबर जात असे. शाळा, शिक्षण, लिहिणे-वाचणे हे विश्व त्या गावकुसाहून खूप दूर होते.

वयाच्या चौदाव्या वर्षी साराचे तिथल्याच एका कामगाराबरोबर लग्न झाले. वयाच्या सतराव्या वर्षी सारा एका छोट्या मुलीची आई झाली आणि वयाच्या विसाव्या वर्षी तिला वैधव्य आलं.

एकट्या विधवा स्त्रीला जगणं फारच त्रासदायक होतं. सारा सेंट लुईसला आपल्या मोठ्या भावाकडे गेली. भावाचे न्हाव्याचे दुकान होते. भावाने तिला आसरा दिला. इथेही अपार कष्ट उपसायला लागत होते. सारा लोकांच्या घरी कपडे धुवून द्यायची, त्याचा तिला रोजचा दीड डॉलर मिळायचा.

वयाच्या ३५व्या वर्षांपर्यंत सारा लोकांचे कपडे धूत असे. कशीबशी हातातोंडाची गाठ पडायची; पण तरीही सेंट लुईस तिला आवडलं कारण इथल्या सेंट पॉल एपिस्कोपल चर्चमध्ये तिच्याचप्रमाणे काम करणाऱ्या आफ्रिकन-अमेरिकन स्त्रिया जमत असत. गप्पागोष्टी होत. साराला जिवाभावाच्या सख्या मिळाल्या. ह्या चर्चमध्ये मध्यमवर्गीय

स्त्रियाही जमत. त्यांच्यापैकी काहीजणी शिक्षिका होत्या. त्यांच्या बोलण्याने, विचारांनी सारा खूप प्रभावित झाली.

ह्या काळात का कोण जाणे पण साराचे केस खूपच गळत होते. ते अगदीच खुरटे व विरळ झाले होते. त्या चर्चमध्ये येणाऱ्या 'ॲनी टम्ब मेलन' ह्या स्त्रीने साराच्या केसांवर उपचार केले. मेलनच्या हातात जादू होती. साराचे केस गळणे थांबले.

मेलनला पुष्कळ वनौषधींची माहिति होती. तिने त्या जुन्या काळामध्ये केस धुवायचे द्रावण-शॅम्पू बनविला होता. त्यासाठी तिने बहुधा अंडे, वनौषधी व कदाचित गंधकयुक्त पाणी याचा वापर केला असावा. हे केस धुण्याचे द्रावण-शॅम्पू घरोघरी जाऊन विकण्यासाठी मेलनने तीन बायकांना कामावर ठेवून घेतले होते. त्यापैकी एक होती सारा.

मेलन ही निष्णात हेअरड्रेसर असावी. तिने केसांच्या वाढीसाठी बनविलेले पोषक तेल वापरून केसाला-डोक्याला मालीश करण्याची तिची हातोटी असावी. मेलनकडून साराने केसांची निगा राखण्याचे धडे गिरविले असावेत.

मेलनने त्या जुन्या काळात राठ, कुरळ्या केसांना इस्त्री करण्याचे कौशल्यही आत्मसात केले होते. त्यासाठी ती गरम केलेला रुंद दात्यांचा कंगवा-ब्रश वापरीत असे.

मेलनची उत्पादने घरोघरी जाऊन विकण्याचे साराला कमिशन मिळत असे, त्यापैकी काही पैसे तिने वाचविले होते. साराने मेलनचा फॉर्म्युला वापरून शॅम्पू बनविला. शिवाय त्यात स्वत:च्या सुधारणाही केल्या. साराने स्वत:च शाम्पूचे उत्पादन केले.

१९०४ मध्ये सेंट लुईसला जागतिक जत्रेचे (World fair) आयोजन होत होते. तिथे साराने आपल्या उत्पादनाची जाहिरात केली. त्यामुळे साराला उत्पादन विकण्याची मोठीच बाजारपेठ मिळाली. हजारो स्त्रिया साराच्या उत्पादनाकडे आकर्षित झाल्या. कारण साराचे प्रचारतंत्र आकर्षक होते.

साराने वयाच्या ३८व्या वर्षी डेनव्हर येथील चार्लस जोसेफ वाकर ह्या माणसाशी लग्न केले. चार्लस हा जाहिरात व प्रसिद्धी माध्यमात काम करणारा माणूस होता. त्याच्या कल्पक सहभागामुळे, साराला व्यवसायासाठी सहजपणे भांडवल उभारता आले. मालाच्या यशस्वी खपासाठी जाहिरातीचे तंत्र आत्मसात करता आले.

साराने आपल्या व्यक्तिमत्त्वाभोवती एक वलय निर्माण केले होते. तिचे पोशाख भारी सिल्क कापडाचे व वैशिष्ट्यपूर्ण असत. ती फॅन्सी बॉनेट घालत असे. ती अमेरिकेतील अनेक शहरांना भेटी देत असे. त्यासाठी तिला शेकडो मैल प्रवास करावा लागे. ती आफ्रिकन-अमेरिकनांच्या वस्तीतील शाळा, चर्च, कम्युनिटी सेंटरना भेट

देई, व्याख्याने देई, डेमॉन्स्ट्रेशन देई, स्त्रियांच्या समस्येचं निराकरण करी. केशतेल, शाम्पू याची विक्री करी. सुरुवातीच्या काळात ती सांगायची, ''माझे केस खूप विरळ, खुरटे झाले होते त्यामुळे मी खूप काळजीत होते. तेव्हा मी देवाची करुणा भाकत असे. त्यामुळे एकदा मला स्वप्न पडले आपण एक शाम्पू बनवित आहोत. त्या कृती बरहुकूम मी शाम्पू बनविला. देवानेच मला तशी प्रेरणा दिली. हा शाम्पू वापरून, माझ्या सर्व समस्यांचे निराकरण झाले.'' अर्थातच हा सारा प्रसिद्धीचा स्टंट होता. तिची उत्पादने लोकप्रिय झाल्यावर पुढे तिने कधी दैवी प्रेरणा झाल्याचे म्हटले नव्हते.

एखाद्या शहरास भेट देण्याआधी तिथल्या वृत्तपत्रात मॅडम वाकरच्या आगमनाची जाहिरात असायची. 'फक्त चारच दिवसासाठी मॅडम वाकर आपल्या शहराला भेट देत आहेत. त्वरा करा, त्यांच्या अमूल्य मार्गदर्शनाचा लाभ घ्या.'

मॅडम वाकरने आपल्या उत्पादनाचं वितरण करण्यासाठी एजंट म्हणून आफ्रिकन–अमेरिकन स्त्रियांनाच नेमले. त्यामुळे आत्तापर्यंत फक्त घरकाम व काबाडकष्टाची कामे करणाऱ्या ह्या स्त्रियांना एजंट म्हणून व्यवसायाची संधी उपलब्ध झाली हे मात्र नक्की.

१९१० मध्ये मॅडम वाकरने इंडियापोलीस ह्या ठिकाणी आपल्या व्यवसायाचे मुख्य केंद्र स्थापिले व तिथे एका तरुण बिझिनेस मॅनेजरची नेमणूक केली.

टस्कीगी येथे भरलेल्या काळ्या लोकांच्या नॅशनल असोशिएशनच्या अधिवेशनापुढे मॅडम वाकरनी ४०० उपस्थित सभासदांपुढे भाषण दिले. आणि टस्कीगी विद्यापीठात शिक्षण घेणाऱ्यांसाठी स्कॉलरशिप देत असल्याचेही जाहीर केले.

१९१२ मध्ये वाकर उत्पादनाने यशस्वी घोडदौड करून १८००० डॉलर्स वार्षिक उत्पादनाचे लक्ष्य गाठले. लवकरच २.५ लक्ष डॉलर वार्षिक उत्पादन झाले. एखाद्या आफ्रिकन–अमेरिकन स्त्रीने घेतलेली ही गरुडझेप होती.

मॅडम वाकरने न्यूयॉर्क राज्यामध्ये हडसन नदीकाठी 'इटालिएट' हा बंगला बांधला व तिथे ती राहू लागली. ती ज्या पार्श्वभूमीमधून आली त्यामधील तिच्या जातीतील कुणाही व्यक्तीने त्या ठिकाणी वास्तव्य करणे स्वप्नातही कल्पिले नसते; पण ह्या सामान्य स्त्रीने हे असामान्य कर्तृत्व गाजविले होते.

१९१९ मध्ये मॅडम वाकरचे निधन झाले. त्यावेळी तिच्या नावावर असणाऱ्या संपत्तीची किंमत होती, ६००,००० डॉलर्स!

ह्या सर्वांपेक्षा जास्त मोलाची आहे तिची सचोटी व आपल्या नियोजित कामावरची निष्ठा. अथक परिश्रमाने व काटेकोर नियोजनामुळे एखादे स्वप्न सत्यात कसे उतरविता येते ह्याचे तिने भावी पिढ्यांपुढे प्रेरणादायी उदाहरण घालून दिले.

❖ ❖ ❖

गाथा कंचुकीची

इडा रोजनथाल

''स्त्रीच्या वक्षस्थळाभोवतीच, सौंदर्याच्या विविध कल्पनांनी रूंजी घातलेली आहे. त्या उरोजालाच नीटनेटकं, सुसह्यपणे बांधून मोहक बनविण्याची कलाकृती जन्माला आली कशी? मेडन फॉर्म.''

एकदा दंडकारण्यामध्ये वनवासी जीवन जगत असताना, सीतामाईने एक कांचनमृग पाहिले. त्या कांचनमृगाच्या झळझळत्या सौंदर्याने ती भाळली. या हरणाच्या कातड्याची चोळी शिवल्यास किती छान दिसेल, या अनोख्या चोळीमुळे नणंदा-जावा माझा किती हेवा करतील, असे तिला वाटले. तिने रामाकडे 'मज आणून द्या तो हरिण अयोध्यानाथा' म्हणून हट्ट धरला आणि त्यानंतर सारं रामायण घडलं.

आजकाल स्त्रिया आपल्या सौंदर्यात भर घालणारी, आरामदायी; पण पर्सला परवडणारी ब्रेसियर वापरतात. ती आजच्या स्वरूपामध्ये अवतरण्याआधीही बरंच रामायण घडलंय!

पहिल्या महायुद्धाच्या उद्रेकानंतर १९१७च्या सुमारास अमेरिकेमध्ये स्त्रिया पुरुषांच्या बरोबरीने कारखान्यांमधून कामे करू लागल्या, अर्थार्जन करू लागल्या. त्यांना आपल्या समान हक्कांची प्रकर्षाने जाणीव झाली. मतदानाचा अधिकार मिळावा म्हणून त्यांनी राजकीय चळवळही उभारली.

पुरुषांबरोबर बरोबरी करण्याचा, समानतेचा थोडा अतिरेकही झाला. स्त्रिया पुरुषांप्रमाणे उघडपणे धूम्रपान करू लागल्या. एवढेच नव्हे तर पुरुषांसारखे दिसण्याच्या हव्यासापोटी त्यांनी छाती सपाट करण्याच्या प्रयोगामध्ये आपल्या उरोजांना बँडेजसारख्या पट्ट्यात घट्ट आवळण्याचा प्रयासही केला. टॉवेलप्रमाणे दिसणाऱ्या, मागे हूक लावलेल्या ह्या पट्ट्यांचे उत्पादन करणाऱ्या उत्पादकाने तेव्हा जाहिरात केली होती, '.... बँडेज पट्टे वापरा व आपल्या भावाप्रमाणे दिसण्याचा प्रयत्न करा.'

या पट्ट्यांच्या वापरामुळे स्त्रियांची 'शब्दश: दमछाक' व्हायची. ज्यांना जन्मत:च लहानखोर उरोज मिळाले होते, त्यांना ते फारसे त्रासदायक नव्हते; पण इडा रोझेनथाल ह्या ४ फूट १० इंच उंचीच्या, स्थूल, रशियातून स्थलांतरित झालेल्या स्त्रीला ते फारच त्रासदायक वाटायचे. तिच्या बरोबर फ्रॉक बनविण्याच्या व्यवसायामध्ये भागीदार असणाऱ्या इनिड बिसेलला ह्या पट्ट्याचा वापर फारसा त्रासदायक वाटत नसला तरी तिला दुसऱ्यांच्या दु:खाची जाणीव होती. तिने एक दिवस हा बँडज पट्टा मध्ये कापला व त्यामध्ये इलॅस्टिकचा तुकडा शिवला. ह्यामुळे दोन्ही वक्ष अलग राहात होते व छातीला आधार मिळत होता.

इडा या रशियन स्त्रीचा नवरा विलीयम, इडा व इनिड यांच्या फ्रॉक शिवून विकण्याच्या व्यवसायामध्ये मदत करीत असे. तो प्रामुख्याने ड्रेसचे फिटिंग करीत असे. त्याने ती इनिडची अगदी बाल्यावस्थेत असणारी, ओबडधोबड दिसणारी ब्रेसियर पाहिली, तो म्हणाला, 'ही वापरायची असेल तर मी तिला जरा बरं रूप देतो.'

विलीयम एक हौशी शिल्पकार होता. तो फावल्या वेळात समुद्रकाठी मातीची शिल्पे बनवीत असे. त्याने एकदा समुद्राकाठी एका नग्न स्त्रीदेहाचे शिल्प बनविले होते. त्याला छातीचा आकार, उरोजांचा उभार ह्या गोष्टींचे चांगले ज्ञान होते. त्याने इनिडने बनविलेल्या ब्रेसियरमध्ये सुधारणा केल्या. त्याने दोन पॉकेट्स (खिसे) केले ते पुढे जोडले. उरोजाच्या गोलाईसाठी चांगली माया ठेवली. ही ब्रेसियर मऊ जाळीदार विणलेल्या धाग्यांची (Soft Knitted mesh) बनविली होती. आता विलीयमच्या कल्पक आकृतिबंधानुसार ह्या ब्रेसियर्स बनू लागल्या, त्या फ्रॉकसोबत दिल्या जात. बायकांना त्या फार आवडल्या.

पहिल्या महायुद्धाच्या उद्रेकाआधी बायका अंतर्वस्त्र म्हणून शरीराला घट्ट बसणारा कपडा (corset) वापरत असत. ह्यासाठी पोलादाचा (steel) वापर होत असे. पहिल्या महायुद्धामध्ये शस्त्रास्त्रांच्या निर्मितीसाठीही पोलादाची जरुरी होती. त्यामुळे स्टीलच्या वापरावर बंदी घातली गेली. त्यामुळे कोर्सेटला पर्याय म्हणून बॉडीक्स पट्टे वापरावे लागत होते; पण त्यामुळे इनिड व इडाने शिवलेले फ्रॉक्स चांगले उठून दिसत नसत. आपण शिवलेले फ्रॉक्स चांगले दिसावेत, त्याला चांगला उठाव यावा या उद्देशाने त्या ड्रेससोबत ब्रेसियर दिली जाई. ह्यातून पैसे मिळविण्याचा त्यांचा बिलकूल उद्देश नव्हता. बायकांना ब्रेसियर्स आवडल्या कारण त्यामुळे हालचालींना सुविधा येत होती. श्वासोच्छ्वासाला सोयीचे झाले होते.

तेव्हा अस्तित्वात असणाऱ्या कुठल्याही अंतर्वस्त्रापेक्षा ती जास्त आरामदायी होती. १९०८ मध्ये अगदी फॅशनेबल पोशाख केलेल्या तरुणीला खाली बसता यायचे नाही, ही अविश्वसनीय वाटेल; पण खरी गोष्ट होती.

बायकांना आता ड्रेसशिवाय नुसत्याच ब्रेसियर्स हव्या होत्या. ब्रेसियर्सची वाढती मागणी पाहून, इडा रोझेनथाल व इनिड बिसेल या दोघींनी ब्रेसियर बनवायचा व्यवसाय चालू केला. त्यासाठी प्रत्येकीने ४५०० डॉलर्स भांडवल म्हणून दिले व भागीदारीत व्यवसाय सुरू केला. इडा रोझेनथालसाठी ही फार मोठी रक्कम होती. तिने सर्व आयुष्यभर काबाडकष्ट करून जमविलेली ही पुंजी होती; पण तिने धोका पत्करायचे ठरविले.

इनिड बिसेलने ह्या अंतर्वस्त्रासाठी छान नाव सुचविले 'मेडन फॉर्म.' माझा हॅमरने, बायोनी न्यू जर्सी येथील आपल्या घरातील स्वयंपाकघराचा फॅक्टरी म्हणून वापर करायला परवानगी दिली. १९२६ मध्ये ४० शिवणयंत्रांवर ब्रेसियर्स शिवण्याचे काम होत होते.

१९२६ मध्ये उरोजांना स्वाभाविक अवस्थेत ठेवण्यासाठी बनविलेल्या या स्त्रियांच्या पोशाखाचे पेटंट घेतले गेले.

१९२९ ला शेअरबाजार गडगडल्यानंतर अभूतपूर्व महामंदीची लाट आली व सारे उद्योगव्यवसाय डबघाईला आले. पोशाख बनविणाऱ्या बऱ्याच कंपन्यांचा धंदा ठप्प झाला; पण २० वर्षांपूर्वी जो कपडा अस्तित्वातच नव्हता अशा ब्रेसियर्सचा धंदा मात्र उर्जितावस्थेत होता.

ह्या आर्थिक महामंदीच्या संकटाचा सामना करण्यासाठी राष्ट्राध्यक्ष फ्रँकलीन रूझवेल्टनी 'न्यू डील' हा पद्धतशीर प्रकल्प राबविला. उद्योगधंद्यावर निर्बंध घातले, कर लादले. त्यामुळे उद्योगव्यावसायिकांनी त्याविरुद्ध जोरदार आक्षेप घेतले; पण बेकारीने

त्रस्त झालेल्या कामगारांना, मध्यमवर्गीयांना त्यांनी मदतीचा हात दिला होता. त्यामुळे त्यांनी नॅशनल इंडस्ट्रीअल रिकव्हरी ॲक्टच्या समर्थनार्थ काढलेल्या परेडमध्ये उत्स्फूर्त सहभाग दिला. या परेडमध्ये 'मेडन फॉर्म' फॅक्टरीत काम करणाऱ्या स्त्री कामगारांनी ब्रॉडवेच्या एका टोकापासून दुसऱ्या टोकापर्यंत एक मोठी ब्रेसियर धरली होती. त्यांच्या कप्समध्ये वारा शिरला व ते फुगले. लोकांनी त्यात पैसे उधळले.

१९४० पर्यंत अमेरिकेतील ९० टक्के डिपार्टमेंटल स्टोअर्समध्ये 'मेडन फॉर्म ब्रा' विकल्या जाऊ लागल्या होत्या.

विलीयमने आपल्या शिल्पकलेच्या छंदाचा उपयोग व्यवसायासाठी केला. त्याने पहिली मॅटर्निटी ब्रा बनविली. शास्त्रोक्तरीत्या स्तनपानासाठी सुलभ ब्रा बनविण्याचे श्रेयही त्यालाच द्यायला हवे. आजच्या आधुनिक काळातही प्रचलित असणारे A, B, C कप साईज, ही सुद्धा त्याचीच निर्मिती आहे.

इनिड १९३० मध्ये निवृत्त झाली. त्यानंतर ह्या धंद्यातील डिझाईनची बाजू विलीयमने सांभाळली; पण बाकीचे पैशाचे व्यवहार, विक्री कौशल्य-नियोजन ह्या सर्व गोष्टी इडाच सांभाळायची. ती अत्यंत धडाडीची व कुशल व्यवस्थापक होती. फॅक्टरी, ऑफिस, शोरूम सर्व सांभाळायची. स्टाईलिश कपडे घालायची. स्पष्टवक्ती व बिनधास्त होती. दिवसाला चार पाकिटे सिगारेटी ओढायची; पण १९६५ला एक दिवस तिने निग्रहाने सिगारेट पिणे बंद केले. ती अमेरिकन स्त्रियांना सांगायची, 'अमेरिकन ड्रेस डिझायनर्सनी तुमची फसवणूक केलीय. त्यांनी फ्रेंच डिझायनरची नक्कल केलीय'. फ्रेंच डिझायनरनी उरोजाचा आकार छोटा केला; पण ते सपाट केले नव्हते. ती म्हणायची, 'मेडन फॉर्म ब्रा म्हणजे स्त्रीला मनाप्रमाणे आपल्या शरीराच्या आकारमानाला योग्य असे कपडे वापरायचे मिळालेले स्वातंत्र्य.'

'मेडन फॉर्म' म्हणजे उच्च दर्जाचे उत्पादन व्हावे, आपण नावाजलेले उत्पादक व्हावे व जगात सर्वत्र ह्या उत्पादनाच्या शाखा असाव्यात, असे तिचे स्वप्न होते. त्या काळात एखाद्या स्त्रीने असे स्वप्न उराशी बाळगावे ही गोष्ट अनोखीच म्हणायला हवी; पण इडा होतीच तशी हुशार, कर्तृत्ववान. - इडा रोझेनथाल - आधीची इडा कागनेविच हिचा जन्म ९ जानेवारी १८८६ला रशियात मिन्स्कजवळच्या राकोव्ह गावी झाला. ती जन्माने ज्यू होती. वडील संशोधनात मग्न असत. आई 'सारा' गावात वाण्याचे दुकान चालवून चरितार्थ चालवत असे. तिने इडा व इथेल या आपल्या मुलांना आत्मनिर्भर केले होते. १६ वर्षांची इडा हायस्कूलमध्ये रशियन भाषा, गणित शिकत असे व वार्साला शिवणकाम करून चार पैसेही मिळवत असे.

१९०५ साल - तो काळ होता रशियन राज्यक्रांतीचा. ४ फूट १० इंच उंच असलेली इडा निर्भय होती. स्त्रियांना समान हक्क मिळवून देणाऱ्या, शांती व न्याय देणाऱ्या साम्यवादाची ती समर्थक होती. तिने वार्सालाला झारसत्ता उलथवून देण्याची चिथावणी देणारे भाषण केले. विलियम रोझेनथाल हा युवक इडाच्या आईला भेटला व त्याने सांगितले, 'इडाने असे, आणखी एखादे भाषण दिले तर तिची तुरुंगातच रवानगी होईल.' त्यानंतर इडा व विलियम रशियातून पळाले व अमेरिकेत पोहोचले. १० जून १९०६ला त्या दोघांनी लग्न केले. त्यापुढे फार खडतर काळ होता. पुढील १२ वर्षांत विलियम आजारी असायचा, त्याला क्षय झाला होता. अधूनमधून सॅनिटेरीअममध्ये वाऱ्या कराव्या लागत. त्यातच त्यांना दोन मुले झाली; पण इडाने संसाराचा गाडा एकटीने हाकायचे आईचे व्रत, निर्धाराने पुढे चालू ठेवले होते. तिला इंग्रजी येत नव्हते; पण तिने अमेरिकेत येताच एक सिंगर मशिन हप्त्यावर विकत घेतले व ती घरी कपडे शिवायची. ती अहोरात्र मेहनत करायची. तेव्हा शिवलेल्या प्रत्येक फ्रॉकचे तिला ६-७ डॉलर्स मिळत असत. तिने व्यवसाय वाढविला. १९१२ मध्ये तिला अमेरिकन नागरिकत्व मिळाले तेव्हा तिच्याकडे ६ माणसे कामाला होती. तर १९१९ मध्ये तिच्या हाताखाली १५ माणसे काम करीत होती. आपल्या चार मजली घरातील दोन मजल्यांवर हे काम ती चालवत असे. मॅनहॅटनमधील ब्रॉडवेच्या १४१व्या रस्त्यावर तिने एक दुकान घेतले होते. तिने शिवलेले फ्रॉक इतके उत्तम असत की त्यासाठी २५ डॉलर्स द्यायला गिऱ्हाईक तयार असे. नुसते बघून इडा नव्या फॅशनबरहुकूम फ्रॉक्स शिवत असे.

न्यूयॉर्कच्या ५७व्या रस्त्यावर इनिड बिसेलचे कपड्याचे दुकान-बुटिक होते. ती एका ड्रेसला १२५ ते ३०० डॉलर्स आकारत असे. उच्चभ्रू समाजात तिच्या कपड्याना मागणी होती. इनिडने एकदा अगदी योगायोगाने, इडाने शिवलेला फ्रॉक बघितला. त्याची फॅशन, शिवणकामाची सफाई बघून ती थक्क झाली. तिने इडाच्या वर्कशॉपला भेट दिली व इडाला धंद्यातील भागीदारीसंबंधी विचारले. यावेळी इडाला तिच्या नातेवाईकांनी सल्ला दिला, 'तू शिवलेले फ्रॉक्स इनिडच्या दुकानात ठेव म्हणजे जास्तीचे पैसे मिळतील, फारसा धोकाही पत्करावा लागणार नाही,' पण इडाने हा सल्ला धुडकावला. तिला कोणतेही दुय्यमत्व स्वीकारायचे नव्हते. इनिडबरोबर भागीदारीत व्यवसाय सुरू केला तेव्हा कष्टाने मिळविलेली आयुष्याची सारी कमाई तिला खर्चावी लागली.

दुसऱ्या महायुद्धाच्या काळात इडा वॉर डिपार्टमेंटच्या अधिकाऱ्यांना भेटली व तिने त्यांना पटविले, युद्धात काम करणाऱ्या बायका, नर्सेस यांनी 'मेडन फॉर्म ब्रा' वापरल्या

तर त्यांच्या कार्यक्षमतेमध्ये वाढ होते. कारण त्या वापरायला सोयीस्कर, आरामदायी आहेत. त्यामुळेच त्या काळात 'मेडन फॉर्मच्या' उत्पादनापैकी १/३ उत्पादन लष्करासाठी होत असे. १९४१ मध्ये एका जाहिरातीने मोठीच खळबळ उडवून दिली होती. फक्त ब्रेसियर घातलेल्या स्त्रीच्या फोटोखाली लिहिलं होतं, 'मी स्वप्न पाहिले, मी फक्त मेडन फॉर्म ब्राच घालून खरेदीसाठी बाहेर पडले.'

आता जगभर वापरात असलेल्या या कंचुकीच्या वापराला सर्वमान्यता मिळायला केवढा दीर्घ काळ लोटला! हा सारा इतिहास नजरेसमोर आणताना मला वाटलं, स्त्रीचे वक्ष:स्थळ म्हणजे काही न्यूनत्व व ते बदलायला हवे हा अट्टाहास, नैसर्गिक गोष्टीला नाकारणे, पुरुषांबरोबर बरोबरी करताना अगदी दुसरं टोक गाठणे, ही मनोवृत्ती म्हणजे एक विकृतीच होती. त्या मानाने नऊ तुकड्यांची, उरोजांना उठाव देणारी, वापरायला सोयीस्कर अशी चोळी वापरणारे आम्ही भारतीयच जास्त आधुनिक, सौंदर्यदृष्टी जपणारे होतो की !

- संदर्भग्रंथ सूची -

* Blake Nelson, T. Oscar, Barck - Since 1900 : A History of the United State in Our Times.

* Brady P. - Washington Martha

* Cheever S. - Bill Wilson - His Life and the Creation of Alchoholics

* Evans H. - They Made America

* Friedan B., Quindlen A. - The Feminine Mystique

* Green Jim, Bausom Ann. Albert Einstein - Selected Writings

* J. Edmondson - Condoleezza Rice

* Montefiore Simon Sebag - Jones Dan & Renton Claudia 101 World Hero

* R. Daniels - Asian Americans : Emerging Minorities

* Weinstein A. Rubel D. - The Story of America : Freedom and Crisis from Settlement to Superpower

* कुलकर्णी सुहास, चंपानेरकर सुहास – यांनी घडविले सहस्रक

www.ingramcontent.com/pod-product-compliance
Lightning Source LLC
Chambersburg PA
CBHW070559180626
46817CB00005B/1913
* 9 7 8 8 1 8 4 8 3 2 4 1 9 *